அரசியல் சட்டத்திறுடைய இரைகள்

மலையாளம்

தோப்பில் ஷாஜஹான்

தமிழில்

மு.ந.புகழேந்தி

நியூ செஞ்சுரி புக் ஹவுஸ் (பி) லிட்.,
41-பி, சிட்கோ இண்டஸ்டிரியல் எஸ்டேட்,
அம்பத்தூர், சென்னை - 600 050.
☎: 044 - 26251968, 26258410, 48601884

Language : Tamil
Arasiyal Sattathinudaiya Iraigal
Malayalam: **Thoppil Shajahan**
Translator: **M.N.Pugazhendhi**
First Edition: April, 2023
Copyright: Publisher
No.of Pages: 56
Publisher :
New Century Book House Pvt. Ltd.,
41-B, SIDCO Industrial Estate,
Ambattur, Chennai - 600 050.
Tamilnadu State, India.
Email: info@ncbh.in
Online: www.ncbhpublisher.in

ISBN : 978 - 81 - 2344 - 246 - 4
Code No. A 4599
₹ **70.00**

Branches
Ambattur 044 - 26359906 **Spenzer Plaza (Chennai)** 044-28490027
Trichy 0431-2700885 **Pudukkottai** 04322- 227773 **Thanjavur** 04362-231371
Tirunelveli 0462-4210990, 2323990 **Madurai** 0452 2344106, 4374106
Dindigul 0451-2432172 **Coimbatore** 0422-2380554 **Erode** 0424-2256667
Salem 0427-2450817 **Hosur** 04344-245726 **Krishnagiri** 04343-234387
Ooty 0423 - 2441743 **Vellore** 0416-2234495 **Villupuram** 04146-227800
Pondicherry 0413-2280101 **Nagercoil** 04652 - 234990

அரசியல் சட்டத்தினுடைய இரைகள்
மலையாளம்: **தோப்பில் ஷாஜஹான்**
தமிழில்: **மு.ந.புகழேந்தி**
முதல் பதிப்பு: ஏப்ரல், 2023

அச்சிட்டோர்: **பாவை பிரிண்டர்ஸ் (பி) லிட்.,**
16 (142), ஜானி ஜான் கான் சாலை, இராயப்பேட்டை, சென்னை - 14
☎: 044-28482441

All rights reserved. No part of this book may be reprinted or reproduced or utilised in any form or by any electronic, mechanical, or other means, now known or hereafter invented, including photocopying and recording, or in any information storage or retrieval system, without permission in writing from the publishers.

முகவுரை

ஒரு செய்தியின் ஆயுள் எவ்வளவு இருக்கும்? இதைக் குறிப்பிட்டு சொல்ல முடியாது.

ஒரு சில செய்திகள் வாசிப்பவரின் மனதில் அணையாமல் எரிந்து கொண்டிருக்கும் தீபம் போலிருக்கும். புதிய செய்திகள் வரும் பொழுது இவை மறைந்து போகும்.

ஆனால், 100 ஆண்டுகளுக்கு முன் 1922ல் நாட்டை உலுக்கிய மலபார் கலகம் (கிலாபத் போராட்டம்) தொடர்பான சந்தேகங்கள், நக்சல் இயக்கம் தொடர்பான நிகழ்வுகளில் ஏற்பட்ட சில சரித்திர திருத்தல்கள் உட்பட பலவற்றை 'மலையாள மனோரமா' பத்திரிகையில் பணியாற்றிக் கொண்டிருந்த தோப்பில் ஷாஜஹான் பதிவு செய்துள்ளார்.

அத்துடன், 800 ஆண்டுகளாக மத நல்லிணக்கம் காத்து வரும் 'மூன்னாக்கல் மசூதி' யின் வரலாற்றை பதிவு செய்திருப்பதும் சிறப்பு.

இப்பதிவுகளை மொழிமாற்றம் செய்து கொள்ள அனுமதியளித்த தோப்பில் ஷாஜஹானுக்கும் பதிப்பிக்க முன் வந்த என்சிபிஎச் நிறுவனத்தினருக்கும் என் நன்றியைத் தெரிவித்துக் கொள்கிறேன்.

- மு.ந.புகழேந்தி

பொருளடக்கம்

முதல் பாகம்
அரசியல் சட்டத்தினுடைய இரைகள்

1. அளவு கடந்த வேதனை — 07
2. இந்த மனிதன் இரண்டு நாடுகளினுடைய எதிரி — 11
3. அனுமதியின்றி குடியேறியவன் இன்றே நாட்டை விட்டு வெளியேற வேண்டும் — 15
4. அப்பாவின் சிறைவாசம்: பொருளறியாத பிஞ்சுக் குழந்தைகள் — 17
5. சட்டத்தை அனுசரித்தே வாழ்வும் நேசமும் — 19

இரண்டாம் பாகம்
சரித்திரத்தில் திருத்தல்கள்

1. இரத்தத்தில் எழுதிய கடிதம் — 23
2. பதில் கிடைக்காத ஒரு நக்சல் சந்தேகம் அந்தத் துப்பாக்கி யாருடையது? — 30
3. புரட்சி முழக்கம் முடிந்து விட்டது இனி வேத வாக்கியம் — 35
4. ராமன் நாயருக்கு, ராஜனுக்குத் தரவேண்டிய தண்டனையா? — 38
5. 1921ஆம் ஆண்டின் சரித்திரத்தில் ஒரு திருத்தம் — 42
6. ஆப்கானிஸ்தான், மரணம் பதுங்கியிருக்கும் மண் — 47

மூன்றாம் பாகம்
இப்படியும் ஒருவர், ஒரு நிகழ்வு

1. அடிமையினுடைய கனவு — 51
2. கருணை வழங்கிய அரிசி — 55

முதல் பாகம்

அரசியல் சட்டத்தினுடைய இரைகள்

1. அளவு கடந்த வேதனை

அகமதுவால் இன்று எந்தவொரு மண்ணிலும் காலூன்றி நிற்க முடியாது. இந்தியாவிலானாலும், பாகிஸ்தானிலானாலும் மண்ணில் பதிக்க அகமதிற்கு கால்களில்லையல்லவா. கண்ணில்லாத சட்டம் இரு கால்களும் இல்லாத அகமதுவை இந்தியாவில் இருக்கவிடுமா? இல்லை அத்துமீறி இந்தியாவிற்குள் நுழைந்த குற்றவாளியென முத்திரைகுத்தி பாகிஸ்தானிற்கு நாடு கடத்திவிடுமா?

திருநாவாயாவிற்கு அருகில் பட்டர்னடக்காவு தும்பில் அகமது இந்தியாவில் இப்பொழுது அனுமதியில்லாமல் தங்கியுள்ளவராவார் - பாகிஸ்தான் குடிமகன் - இந்த எழுபத்தி ஐந்து வயதான அகம்மதுவை நாட்டை விட்டு வெளியேறும்படி உயர்நீதி மன்றம் தீர்ப்பு வழங்கியுள்ளது. தான் பிறந்த நாடான இந்தியாவில் இதயத்தைப் பதித்து வைத்துள்ள அகம்மதுவால் பாகிஸ்தானுக்குப் போவதைப் பற்றி நினைத்துக் கூட பார்த்திருந்ததில்லை. அங்கு போக விரும்பியது கூட இல்லை. சதிக்கு ஆட்பட்டு எப்படியோ பாகிஸ்தானுக்கு செல்ல வேண்டி வந்தது.

அது தாய்நாட்டினுடைய தொப்புள் கொடி உறவை முறித்து விடும், என்று அறிந்திருக்கவில்லை. ஒரு வெளிநாட்டுக்காரனைப் போல எப்பொழுதோ ஊருக்கு வந்து குடும்பத்தைப் பார்த்து விட்டுத் திரும்பிய அகம்மதுவை இனி பாகிஸ்தான் வரவேற்கும் என்பதுமில்லை. 30 ஆண்டுகளுக்கு முன்பு பாகிஸ்தானை விட்டு வந்து விட்டவர். பிறகு 22 ஆண்டுகளை துபாயில் கழித்தார். ஆறு ஆண்டுகளாக அனுமதியின்றி குடியேறியவராய் பட்டர்னடக்காவிலுள்ள வீட்டில் தவழ்ந்து கூட செல்ல முடியாத நோய்களுடன் போராடிக் கொண்டுள்ளார்.

வாழ்க்கையை கரை சேர்க்க

குழந்தையாயிருந்தபொழுது அகம்மதுவையும் அம்மா ஆஸ்யாவையும் தனித்து விட்டுவிட்டு ஒரு நாள் அப்பா ஹைதர் எங்கேயோ போய் விட்டார். அவர் வேறொரு இடத்தில் மணமகனாகி விட்டார். ஊரில் பட்டினியும் பஞ்சமும் தலை விரித்தாடிக் கொண்டிருந்த காலம். மாமா வெட்டன் முகம்மது குடும்பத்தைக்

கவனித்துக் கொண்டாரென்றாலும் அகம்மது சிரமங்களை உணரத் தொடங்கினான்.

அன்று அவனுக்குப் பதினெட்டு வயது. எதற்கெடுத்தாலும் மாமனைத் தொந்தரவு செய்வது மனசங்கடத்தைக் கொடுத்தது. ஒரு வேலை தேடிக் கொள்ளலாம் எனும் எண்ணம் அவன் மனதில் மொட்டு விட்டது. அன்றைய இளைஞர்களின் கனவான மும்பைக்கு போக முடிவு செய்தான். திரூரில் இருந்து தொடர் வண்டி ஏறி மும்பையை அடைந்தான். அங்கு ஒரு உணவு விடுதியில் வேலைக்குச் சேர்ந்தான். ஆறு மாதங்கள் கழிந்தன. கூலியாகக் கிடைக்கும் பணம் எதற்கும் போதவில்லை. பலர் துபாய்க்குப் போவதைக் கேள்விப்பட்டான். அவனுக்கு ஆசைக் கிளர்ந்தது. அதற்கான வழிகளைத் தேடத் தொடங்கினான். ஒருநாள் துபாய்க்கு அழைத்துச் செல்லும் ஒருவரை சந்தித்தான். பெரும் கனவை அவர் அகமதுவின் முன் திறந்து வைத்தார்.

புறப்பட்டது துபாய்க்கு சென்று சேர்ந்தது கராச்சியில்

1952ஆம் ஆண்டு வாழ்க்கையில் செலவு செய்தது போக மிச்சம் வைத்திருந்த ஐம்பது ரூபாயை துபாய்க்கு அழைத்துச் செல்லுபவரிடம் கொடுத்தான். படகில் ஏறிப் புறப்பட்டான், நான்கு நாள் பயணத்திற்குப் பிறகு இரவு துபாயை சுட்டிக் காட்டி, படகிலிருந்து நீந்திப் போகும்படி ஏஜென்ட் அவனிடம் சொன்னான். அவன் நீந்திக் கரையை அடைந்தான். துபாயை கண் குளிரக் காண்பதற்காக அகமது விடிவதற்காக காத்திருந்தான். சூரியன் உதித்தது. துபாயும் இந்தியாவைப் போலவே இருந்தது. பெரிய வித்தியாசம் எதுவும் தோன்றவில்லை. ஏஜென்ட் ஏமாற்றி விட்டான். பிறகு அங்கு வாழ்க்கையை நடத்துவதற்கான முயற்சியில் ஈடுபட்டான். அங்கு உணவு விடுதியில் வேலைக்குச் சேர்ந்தான். நாட்கள் கடந்து போனதை அறிந்திருக்கவில்லை. ஊருக்கு கடிதம் எழுதுவான். பதில் கடிதங்களும் வரும். அம்மாவிற்கு உடல் நிலை சரியில்லை என்பதை அப்படித்தான் தெரிந்து கொண்டான். ஊருக்குத் திரும்பிப் போக வேண்டுமென்று எண்ணம் தோன்றியது. அதற்கு பாகிஸ்தான் கடவுச்சீட்டு எடுக்க வேண்டுமென்று யாரோ சொன்னார்கள். இதன் மூலம் வரக்கூடிய ஆபத்தை அவன் அறிந்திருக்க வில்லை. பாகிஸ்தான் கடவுச்சீட்டு எடுத்ததுடன் குடியுரிமைப் பிரச்சனையில் தலை நுழைக்கிறோம் என்பதையும் அறிந்திருக்க வில்லை. விஸா எடுத்து இந்தியாவிற்கு வந்தான். ஊரில் மூன்று மாதங்கள் தங்கியிருந்தான். அதற்கு மேல் அங்கு தங்குவதற்கு சட்டம் அனுமதிக்கவில்லை. பிறகு பாகிஸ்தானிற்குத் திரும்பிச் சென்றான்.

பாகிஸ்தானில் வாழ்ந்து கொண்டிருப்பதற்கிடையில் ஐந்து முறை ஊருக்கு வந்து போயுள்ளான். இதற்கிடையில் வெட்டன் குஞ்ஞலவியினுடைய மகள் குஞ்ஞி மரியத்தை வாழ்க்கைத் துணையாக ஏற்றுக் கொண்டான். மூன்று குழந்தைகள் பிறந்தன. மகள் பாத்திமாவை அவன் முதல் முதலாய் பார்ப்பது அவளுக்கு ஏழு வயதுள்ள பொழுது தான். குழந்தைகளைக் கூட கண் நிறையக் காண்பதற்கு சட்டம் அனுமதித்திருக்கவில்லை.

அப்படி 22 ஆண்டுகள் பாகிஸ்தான் வாழ்க்கையைப் போதும் என்று நினைத்து சிறுவயதில் எப்பொழுதோ ஆசைப்பட்ட துபாய்க்கு பயணப்பட்டார். அங்கு வியாபாரத்தைத் தொடங்கினார். ஊருக்குத் திரும்ப வேண்டுமென்றால் இந்தியத் தூதரகமும் பாகிஸ்தான் தூதரகமும் அனுமதி வழங்க வேண்டும். விண்ணப்பம் கொடுத்தால் ஊரிலுள்ள வீட்டில் காவல் துறை விசாரணை செய்யும். அப்படி ஊருக்கு வந்து போனார். இதற்கிடையில் சர்க்கரை நோயும் பின் தொடர்ந்து கொண்டிருந்தது.

மீண்டும் விதியினுடைய விளையாட்டு

ஏழு ஆண்டுகளுக்கு முன் துபாயில் கடையில் இருந்து அனுமதி தொடர்பான காரியமாக அலுவலகத்திற்கு போய்க் கொண்டிருந்தார். நடந்து சென்று கொண்டிருக்கும் பொழுது தவறி கீழே விழுந்து விட்டார். அதைப் பெரிதுபடுத்தவில்லை. காயத்தை ஒரு துணியில் கட்டினார். பிறகு எப்போதோ கால் கட்டை விரல் பழுக்கத் தொடங்கி விட்டிருந்தது. நடக்க முடியாமல் சிரமப்பட்டார். இரத்தத்தில் சர்க்கரையின் அளவு அதிகரித்து விட்டதால் சிகிச்சையெதுவும் பலனளிக்கவில்லை. கால் கட்டை விரலில் இருந்து மேலே சீழ் பிடிக்கத் தொடங்கி விட்டது. உயிருக்கே ஆபத்து என்னும் நிலை வந்த பொழுது இடது காலை வெட்டியெடுக்க வேண்டி வந்தது.

அதைத் தொடர்ந்து ஊருக்கு வந்தார். ஊரில் வாழ்வதற்காகவும் இந்தியக் குடியுரிமை பெறுவதற்காகவும் தட்டிய வாயில்களில் இருந்து நாட்டை விட்டு வெளியேறும் படியான குரல் உயர்ந்தது. நாடு கடத்தப்படாமல் இருப்பதற்காக உயர்நீதிமன்றத்தை அணுகினார். ஆரம்பத்தில் அனுமதி வழங்கியதென்றாலும் உயர்நீதிமன்றம் அதை திரும்பப் பெறவும் செய்தது. நீதிமன்றமும் நாட்டிலிருந்து வெளியேறும் படி உத்தரவு பிறப்பித்ததுடன், மூன்று மாத காலம் உறவினர் வீடுகளில் மாறி மாறி ஒளிந்து வாழ்ந்தார். ஆறு மாதங்களுக்கு முன்பு தான் வலது காலிலும் சீழ்பிடிக்கத் தொடங்கியது. இரத்தத்தில் சர்க்கரையின்

அளவும் அதிகரித்ததுடன் வலது காலையும் வெட்டியெடுக்க வேண்டி வந்தது. அகம்மதிற்கு மருந்து எடுத்துக் கொடுத்துக் கவனித்துக்கொள்ள அவருடைய மனைவி குஞ்ஞி மரியமும் குழந்தைகளும் இருந்தனர். இந்தக் குடும்பம் எந்த நிமிடம் வேண்டுமானாலும் நாடு கடத்துவதற்காக காக்கி உடையணிந்தவர்களை எதிர்பார்த்துக் கொண்டிருந்தது. அத்துடன் இரு கால்களும் இல்லாத அகமதை யாரும் வெளியேற்ற மாட்டார்களென்று சமாதானப் படுத்திக் கொள்ளவும் செய்தார்கள். சட்டம் கருணை காட்டுமா? வாழ்க்கையில் மீதமிருக்கும் நாட்களை பிறந்த மண்ணில் தன் குடும்பத்தினருடன் வாழ அகமதிற்கு உரிமை இல்லையா? இந்த எளிய மனிதனுக்கு முன்னால் நாட்டினுடைய மனசாட்சி இளகாதா?

2. இந்த மனிதன் இரண்டு நாடுகளினுடைய எதிரி

இந்தியாவிற்கும் பாகிஸ்தானுக்கும் ஒரேபோல் எதிரியாவார், பெருமாள் பரம்பில் செய்தலவி. இந்தத் தொண்ணூறு வயதுக்காரர். இந்திய நாட்டுக்குள் அத்துமீறி நுழைந்த பாகிஸ்தான் நாட்டின் குடிமகன், பாகிஸ்தானுக்கு இவர் இந்திய நாட்டின் ஒற்றன்.

இரண்டு நாடுகளும் ஒரு வயோதிகனின் வாழ்க்கையைப் பந்தாடுகின்றன. அவரை இந்தியா பாகிஸ்தானுக்கு நாடு கடத்தியது. பாகிஸ்தான் அவரை சிறையில் அடைத்தது. கடைசியில் இந்தியாவிற்கு அடித்து விரட்டியது.

அவருடைய விதி அத்துடன் அவரை விட்டு விடவில்லை.. இந்தியாவிற்கு செய்தலவி 'பாகிஸ்தான்காரன்'தான். திரூரின் அருகிலுள்ள கிராமத்தில் மகன் அப்துல் காதரினுடைய வீட்டில் தான் இந்தப் பெரியவர் தங்கியிருக்கிறார். அவர் பின்னால் கருணையில்லாத சட்டமும் நின்று கொண்டிருந்தது. காக்கி உடை அணிந்தவர்கள் வாயிற்படியில் எப்பொழுது வேண்டுமானாலும் வந்து நிற்கலாம். இது, சொந்த மண்ணில் கால் வைக்கக்கூட இந்தக் கிழவனை தைரியமில்லாதவனாக்குகிறது.

செய்தலவியைத் தேடி...

செய்தலவி இப்பொழுது கிராமத்தில் தலைமறைவாக வாழ்ந்து கொண்டுள்ளார். அந்தப் பாதுகாப்பு வளையம் எப்பொழுது வேண்டுமானாலும் தகர்க்கப் படலாம், என்பது அவருக்குத் தெரியும். அதனால்தான் அந்தக் கிராம மக்கள் மிகக் கவனமாக இருந்தனர்.

அந்தக் கிராமத்திற்குப் போன நான் அவ்வூர் மக்களிடம் செய்தலவியின் வீடு எங்கிருக்கிறது என்று விசாரித்தேன். அப்படி யாரும் இந்த ஊரில் இல்லையென்று பதில் சொன்னார்கள். அது மட்டுமன்றி, பல கேள்விகளை என்னிடம் கேட்கவும் செய்தனர். காவல் துறையிலிருந்து வந்திருப்பேனோ என்று அவர்கள் சந்தேகப்பட்டார்கள். என்னால் எந்த ஆபத்தும் வராது என்பதை அவர்களுக்குப் புரிய வைத்தேன். சாலையில் இருந்து பார்த்தால் எதிரில் தெரியும் வீடு. அந்த வீட்டையடைந்தபோதும் கதவை அவ்வளவு எளிதாக திறக்க முடியவில்லை. கடைசியில் அவரைப் பார்த்தேன். வயது அவரை மிகவும் தளர்வடையச் செய்திருந்தது. படுக்கையிலிருந்து எழுந்து

தலையணையில் சாய்ந்து உட்காரவே பிறருடைய உதவி தேவைப்பட்டது. ஐந்து மணித்துளி நேரம் பேசினாலே அவர் மிகவும் களைப்படைந்து விடுகிறார். அதற்குப் பிறகு பத்து மணித்துளி நேரம் மயக்கத்தில் இருப்பார். பிறகு ஐந்து மணித்துளி நேரம் பேச்சு. அப்படி அவர் அந்தக் கதையைச் சொல்லத் தொடங்கினார்.

ஏழ்மையிலிருந்து தப்பிக்க

பெருமாள் வளப்பில் வாழ்ந்து கொண்டிருந்த யாஹுவிற்கும், பிரியங்குட்டிக்கும் ஆறு குழந்தைகள். நான்கு பெண் குழந்தைகளும் இரண்டு ஆண்குழந்தைகளும். மூத்த குழந்தை செய்தலவி. வீட்டில் ஏழ்மை தாண்டவமாடிக் கொண்டிருந்தது. யாஹுவினுடைய வருமானம் எதற்கும் போதுமானதாக இல்லை. செய்தலவி ஊரில் வேலை தேடி அலைந்தார். ஒன்றும் அமையவில்லை. கடைசியில் குடும்பச் சுமையைத் தாங்குவதற்காக மும்பைக்குப் போனார்.

ஆயிரத்துத் தொள்ளாயிரத்து நாற்பதாம் ஆண்டில் அப்பயணத்தைத் தொடங்கினார். திரூரில் தொடர் வண்டியில் திருட்டுத்தனமாய் பயணப்பட்டார். மும்பையில் ஆறுமாதங்கள் சுற்றியலைந்தார். பிறகு அங்கிருந்து ராஜஸ்தானுக்கு போனார். கொப்பர்பாடில் இருந்து கராச்சிக்கு தொடர்வண்டியில் பயணம் செய்தார். கராச்சியில் சோனா கடைவீதியில் அமைந்துள்ள மலையாளிகளினுடைய உணவு விடுதியில் வேலை கிடைத்தது. அந்தக் கடை திரூரின் அருகில் உள்ள புதியங்காடியைச் சேர்ந்த குன்னத்து முகமது ஹாஜியினுடைதாகும். தனக்குக் கிடைத்த கூலியிலிருந்து தன் வீட்டிற்குப் பணம் அனுப்பி வந்தார். வீட்டின் தரித்திரம் கொஞ்சம் கொஞ்சமாகத் தீர்ந்தது. சகோதரி பாத்துமாவினுடைய திருமணத்திற்கு உதவி செய்தார். மூன்று ஆண்டுகளுக்குப் பிறகு ஊருக்குத் திரும்பி வந்தார். வெட்டத்தெ செய்துட்டினுடைய மகள் குஞ்ஞீமையைத் திருமணம் செய்து கொண்டார்.

ஆறு மாதங்களுக்குப் பிறகு செய்தலவி திரும்பவும் கராச்சிக்குச் சென்றார். மேலும் சில மாதங்கள் அங்கு வேலை செய்து கொண்டிருந்த தற்குப் பிறகு துபாய்க்குப் போய்விட்டார். அங்கு பல வேலைகளைச் செய்தார். இருபது ஆண்டுகளுக்குப் பிறகு மகன் அப்துல் காதரினுடைய திருமணத்திற்காக ஊருக்குத் திரும்பி வந்தார். அதற்குப் பிறகு இரண்டு முறை துபாய்க்குப் போய் வந்தார்.

பாகிஸ்தான் குடிமகனாகிறார்

1980ஆம் ஆண்டு ஊரில் ஓய்வெடுத்துக் கொண்டிருந்தார். ஒரு நாள் அவரைத் தேடி காவல் துறையினர் அவர் வீட்டிற்கு வந்தனர். அவர் பாகிஸ்தான் குடிமகன் என்றும் உடனடியாக அவர் இந்தியாவை

விட்டுப் போக வேண்டும் என்றும் சொன்னார்கள். அவருடைய மகன் ஓடிப்போய் மக்கள் பிரதிநிதிகளையும், தலைவர்களையும் பார்த்தான். பல மனுக்களை அனுப்பினான். அவனுக்கு சாதகமான பதில் வரவில்லை. அதற்குள் செய்தலவியை இந்தியாவை விட்டு வெளியேற்ற பலமுறை காவல் துறையினர் வீட்டிற்கு வந்தனர். பலமுறை அவர்களுக்கு பணத்தைக் கொடுத்து திருப்பி அனுப்பி வைத்தார். சிலமுறை செய்தலவியை ஒளித்து வைத்துக் கொண்டனர். அவரை வீட்டின் மேல்தளம் வரைத் தேடிப் பார்த்தனர். அப்பாவை காப்பாற்றுவதற்கு மகன் அங்கும் இங்கும் ஓடிக்கொண்டிருந்தான்.

ஒருமுறை காவல் துறையினர் வரும் பொழுது செய்தலவி அவர்களுடைய கண்ணில் பட்டுவிட்டார். அவரை அழைத்து செல்வதற்கான முயற்சியில் காவலர்கள் ஈடுபட்டனர். அவருடைய மனைவி குஞ்ஞீமா மயக்கம் போட்டு விழுந்துவிட்டார். பேரக் குழந்தைகள் கதறியழுதனர். ஊர் மக்கள் அனைவரும் செய்தலவியை நாடு கடத்தக்கூடாதெனக் கேட்டுக்கொண்டனர். சட்டம் மனமிறங்கவில்லை. காவல்துறையினர் அவரைக் கூட்டிச் சென்று விட்டனர். இரண்டு நாட்கள் மலப்புரத்தில் வைத்து விசாரணை செய்தனர். நள்ளிரவில் தொடர் வண்டியில் ஏற்றி மும்பைக்கு அனுப்பி வைத்தனர். கைவிலங்குடன் அவர் தொடர் வண்டியில் பயணம் செய்தார். மும்பையிலிருந்து ராஜஸ்தான் எல்லைப் பாதுகாப்பு படையினரிடம் ஒப்படைக்கப்பட்டார்.

இந்தியாவிற்கும் பாகிஸ்தானுக்கும் நடுவில்

எல்லைக் காவல் படையினர் அவரிடம் நீண்ட நேரம் விசாரணை செய்தனர். பிறகு அவரை நன்கு அடித்தப் பிறகு தூரத்தில் தெரியும் வெளிச்சத்தை சுட்டிக்காட்டி சொன்னார்கள்: ‘அந்த வெளிச்சத்தை நோக்கி நட, திரும்பிப் பார்க்கவோ, நிற்கவோ செய்தால் சுட்டு விடுவோம்!’

செய்தலவி அந்த வெளிச்சத்தை நோக்கி நடந்தார். முட்கள் காலில் குத்தின. பாலைவனக் காற்றில் அவர் உடல் மணலில் புதைந்தது. நடுங்கும் உடலுடன் அவர் வெளிச்சத்தை இலக்காக வைத்து நடந்துக் கொண்டிருந்தார்.

பாகிஸ்தான் இராணுவத்தின் கூடாரத்தை அடைந்தார். அப்பொழுது பொழுது புலர்ந்திருந்தது. தண்ணீர் குடித்தவுடன் தளர்ந்து விழுந்தார். கண்களைத் திறந்த பொழுது இரண்டு பாகிஸ்தானிய இராணுவத்தினர் அவர் முன்னால் நின்று கொண்டிருந்தனர். ஒட்டகத்தின் மீது காவல் நிலையத்திற்கு அவரை அனுப்பி வைத்தனர்.

இந்தியாவின் ஒற்றன்

மூன்று நாட்கள் மேலதிகாரிகள் அவரிடம் விசாரணை செய்தனர். சித்ரவதை செய்து விசாரித்தனர். செய்தலவி சொன்னதை எதையும் அவர்கள் நம்பவில்லை. இந்திய ஒற்றன் என்னும் பேரில் ஹைதராபாத் (பாகிஸ்தான்) நீதிமன்றத்தில் அவரைக் கொண்டு போய் நிறுத்தினர். பிறகு, அவரை சிறையிலடைத்தார்கள். சிறைச்சாலையில் இருந்து பழக்கமுள்ள ஒரு சிந்திக்காரன் மூலமாக கராச்சியில் உணவு விடுதி நடத்திக் கொண்டுள்ள குன்னத்து முகம்மது ஹாஜிக்கு விவரத்தைத் தெரியப்படுத்தினான். அவர் வந்து செய்தலவியைப் பிணையில் எடுத்தார். இதற்கிடையில் நீண்ட நாட்கள் சிறையில் இருந்தார். வழக்கு மீண்டும் தொடர்ந்து நடந்தது. கடைசியில் அவரை நாடு கடத்தும்படி நீதிமன்றம் உத்தரவிட்டது.

அப்படி அவரை பாகிஸ்தானும் வெளியேற்றியது. அவர் தொடர் வண்டியில் ஏறி இந்தியாவிற்கு வந்தார், சில நாட்களிலேயே காவல் துறையினரும் பாகிஸ்தான் குடிமகன் என்னும் குற்றச்சாட்டுடன் அவர் பின்னால் வந்தனர். உயர்நீதிமன்றத்தின் உத்தரவின் பலத்தில் தான் இப்பொழுது அவர் இங்கு வாழ்ந்து வருகிறார். இந்த உத்தரவு எந்த நிமிடத்தில் வேண்டுமானாலும் விலக்கப்பட்டுவிடும் என்பது, இந்த வயதான கிழவனுக்கும் உறவினர்களுக்கும் தெரியும். அதனால் தான், வீட்டு வாசலில் கேட்கும் எந்தவொரு காலடி ஓசையும், ஆபத்தானதல்ல என்பதை அவர்கள் உறுதிபடுத்திக் கொள்கிறார்கள்.

3. அனுமதியின்றி குடியேறியவன் இன்றே நாட்டை விட்டு வெளியேற வேண்டும்

திரூர் ஒவுங்கல் குறுக்கோளி குஞ்ஞிப் போக்கருக்கு இந்திய மண்ணில் வாழ்வதற்கு சட்டம் அனுமதித்த காலக்கெடு இன்றுடன் முடிவடைகிறது. சட்டத்தின் பார்வையில் பாகிஸ்தான் குடிமகனாகிய இந்த வயோதிகன் இனி இந்திய மண்ணில் இருக்கக் கூடாது என்று மாகாண காவல்துறை கண்காணிப்பாளர் நல்கிய உத்தரவில் சொல்லப்பட்டுள்ளது. ஒரு வாரத்திற்குள் இந்தியாவை விட்டுப் போய் விட வேண்டு மென்னும் அறிவிப்பு இரண்டு வாரங்களுக்கு முன்பு தான் குஞ்ஞிப் போக்கருக்குக் கிடைக்கிறது.

நீங்கள் பாகிஸ்தானின் குடியுரிமை பெற்றவர் என்று முடிவு செய்து இந்திய அரசாங்கம் உத்தரவிட்டுள்ளது, என்று அந்த அறிவிப்பில் சொல்லப்பட்டுள்ளது. இப்பொழுது திரூர் துணை ஆய்வாளரின் மேற்பார்வையில் இந்த எழுபத்து மூன்று வயதுள்ள வயோதிகர் இருக்கிறார்.

இவர் குறிப்பிட்ட காலவரைக்குள் இந்தியாவை விட்டுப் போகவில்லையென்றால் வெளிநாட்டினருக்கான சட்டப்பிரிவின் நடவடிக்கையை மேற்கொள்ள சிறப்புப் பிரிவு டி.வை.எஸ்.பி.க்கு அறிவுறுத்தப்பட்டுள்ளது.

குஞ்ஞிப் போக்கர் பல நோய்களால் பாதிக்கப்பட்டு சிரமப் பட்டுக்கொண்டுள்ளார். ஆஸ்த்மாவின் கடுமையான தாக்குதலால் பெரும்பாலான நேரங்களில் மூக்கை மறைத்துக் கொள்ள வேண்டி யுள்ளது. இதய நோய் உள்ளது. வலதுகால் பலவீனமடைந்துள்ளது. அவருடைய வீடு இப்பொழுது பயத்தினுடைய நிழலால் சூழப்பட்டுள்ளது. இனி என்ன நடக்கப் போகிறது என்பதை அவரோ அவர் குடும்பத்தினரோ அறிந்திருக்கவில்லை. சிறு வயதில் வீட்டில் தரித்திரத்தின் பிடி இறுகியதால் கராச்சிக்குப் போனதுதான் இன்று வினையாக மாறியுள்ளது.

அப்பா குறுங்கோளி சூப்பி மரணமடைந்ததுடன் 1946ஆம் ஆண்டு தன் 17வது வயதில் வேலை தேட வேண்டிய சூழ்நிலைக்குத் தள்ளப்பட்டார். குஞ்ஞிப் போக்கர். நாகப்பட்டினம், திருச்சிராப்பள்ளி, சென்னை, மும்பை என்னுமிடங்களில் சுற்றியலைந்தார், என்றாலும்

உருப்படியாக எந்த வேலையும் அமையவில்லை. அதைத் தொடர்ந்து தான் அவர் ராஜஸ்தான் வழியாக இன்றைய பாகிஸ்தான் மண்ணில் கால் வைத்தது. நீண்ட நாட்கள் உணவுவிடுதியில் தொழிலாளியாக வாழ்ந்தார். தன் ஊருக்குப் பலமுறை வந்து சென்றார். இதற்கிடையில் 1958ஆம் ஆண்டு இங்கு திருமணமும் செய்து கொண்டார். தொழிலை விட்டு ஓய்வெடுப்பதற்காக 1998ஆம் ஆண்டு மார்ச் மாதம் 23ஆம் நாள் வீட்டிற்கு வந்தார். உயர்நீதிமன்ற தீர்ப்பின்படி இதுவரை இங்கே வாழ்ந்து கொண்டிருக்கிறார்.

அவர் இந்தியாவில் வாழ்வதற்கான காலம் கடந்து விட்டதால் மனைவி பாத்தும்மாவினுடையவும், குழந்தைகளினுடையவும் மனம் கலங்குகிறது. இவர்கள் சட்டத்தின் கருணையை வேண்டிக் கொண்டுள்ளனர்.

4. அப்பாவின் சிறைவாசம்: பொருளறியாத பிஞ்சுக் குழந்தைகள்

இந்தியாவிற்கு சுதந்திரம் கிடைக்கும் பொழுது பாகிஸ்தானில் இருந்தார் என்பது தான் மதாரி சுபைர் செய்த குற்றம். அதற்குத் தண்டனையாக தாய்நாட்டில் பாகிஸ்தான் குடிமகன் என்னும் குற்றச்சாட்டுடன் வாழ்ந்து கொண்டிருந்த அவரை இப்பொழுது காணவில்லை. நீதிக்கு முன்னால். கண் கட்டப்பட்ட சட்டம் என்னவென்றறியாமல் அழுது ஓயும் பிஞ்சுக் குழந்தைகள்.

குழப்பத்துடன் வீட்டு முற்றத்தில் நின்று ஆயுசம்மா தேம்பியழுது கொண்டுள்ளாள். குழந்தைகள் அப்பா எங்கே என்று கேட்கும் பொழுது இந்தப் பாவப்பட்ட பெண்ணால் அழ மட்டுமே முடிந்தது. பாகிஸ்தானின் குடிமகன் என்று முத்திரைக் குத்தி நாட்டை விட்டு வெளியேறும்படி மாகாண காவல்துறை கண்காணிப்பாளர் உத்தரவு பிறப்பித்துள்ள ஆறு வயோதிகர்களில் ஒருவரான முன்னியூர் மதாரியை (70) இந்தக் குடும்பத்தினர் தேடிக் கொண்டிருக்கின்றனர்.

மதாரி சுபைரை இரண்டு வாரங்களாகக் காணவில்லை. அவருடைய மனைவி ஆயிசா மருத்துவமனைக்குப் போய்விட்டுத் திரும்பி வந்து பார்த்தபொழுது கணவனைக் காணவில்லை. இவர்களுடைய பிள்ளைகளான ராஷிதா (9) ராஃபிதா (9), சாஹிதா (7) ராஷித் (5) என்னும் இந்தப் பிஞ்சுக் குழந்தைகளுக்கு அப்பாவிற்கு ஏன் தடை விதிக்கப்பட்டிருக்கிறது என்று தெரிந்திருக்கவில்லை.

சட்டத்தின் பொருளை குழந்தைகளுக்குப் புரிய வைக்க முடியாமல் ஆயிசா குழப்பத்திலிருந்தாள்

25 ஆண்டுகளுக்குப் மேல் துபாயில் வேலை செய்த பிறகு மதாரி சுபைருக்கு பாகிஸ்தானுடன் எந்தவொரு தொடர்பும் இருந்திருக்க வில்லை. பிறகு பலமுறை ஊருக்கு வரவும், திரும்பிச் செல்லவும் திருமணம் செய்து கொள்ளவும் செய்தார்.

இந்தியாவிற்கு சுதந்திரம் கிடைக்கும் பொழுது பாகிஸ்தானில் இருந்தார் என்பதுதான் பிறந்த மண்ணில் இறக்க வேண்டுமென்னும் இந்தக் கிழவனுடைய ஆசைக்குத் தடையாக இருந்தது.

நாட்டிலிருந்து வெளியேற்றப்படாமல் இருப்பதற்காக உயர்நீதிமன்றத் தீர்ப்பை வாங்கியதால் தான் அவர் இதுவரை இங்கு வாழ்ந்து வந்தது. அந்தக் காலக் கெடு முடிந்து விட்டதாகத் தெரிகிறது.

அவர் இந்த தள்ளாத வயதில் எங்கே போனார்?

ஈவிரக்கம் இல்லாத சட்டம் அவரைப் பிடித்துக் கொண்டு போய் விட்டதா? என்னவென்று தெரியாமல் இந்தக் கிழவனுக்காகக் கண்ணில் எண்ணெய்விட்டுக் கொண்டு மனைவியும் நான்கு பிஞ்சுக் குழந்தைகளும் காத்துக்கொண்டிருக்கிறார்கள்.

5. சட்டத்தை அனுசரித்தே வாழ்வும் நேசமும்

ஹரீனாவை நாம் இப்படி அறிமுகப் படுத்திக் கொள்ளலாம்.

ஒன்று: கேரளாவினுடைய மணமகளாக பதினைந்து ஆண்டுகளுக்கு முன்பு இந்தியாவிற்கு வந்த இலங்கையைச் சேர்ந்த பெண். ஹரீனாவிற்கு காதல் உணர்வு மிக மென்மையானதாய் இருந்திருக்கவில்லை. அதனால் அவள் நாடுகளின் எல்லைகளின் வேலிகளைத் தகர்த்து மலையாளியான அகம்மது குட்டியினுடைய வாழ்க்கைத் துணைவியானது.

இரண்டு: ஹரீனாவிற்கு சுனாமி, பத்திரிக்கைச் செய்தியாக மட்டும் இருந்திருக்கவில்லை. அவளுக்கு அது நெஞ்சைப் பிளக்கும் வேதனையினுடைய நினைவாகும். பொங்கியெழுந்து வந்த சுனாமி அலைகள் விழுங்கியது, அவளுடைய உயிருக்குயிரான அம்மாவையும் ஆறு குடும்ப உறுப்பினர்களையும். அன்பானவர்களின் உயிரற்ற உடல்களைக் கூடப் பார்க்க முடியாமல் இதயம் வலிக்கத் துடித்தவள்.

மூன்று: இந்தியாவின் குடிமகளாக வேண்டும் என்னும் கனவை மனதில் சுமந்து நடந்து கொண்டிருப்பவள். அதிகாரிகளினுடைய கேலிப் பேச்சுகளில் கதாபாத்திரமாக வேண்டியிருந்தது அவளுடைய விதி. வற்றாத கண்ணீரின் முன்னும் கண் திறக்காத அரசியல் சட்டங் களினுடைய இரை.

ஹரீனா

இலங்கைக் கடற்கரையில் அம்பதொட்டா என்னும் கிராமத்தில் 1966ஆம் ஆண்டு ஹரீனா பிறந்தாள். துவான் ஃபாரிஸ் சஹர்தீனுடையவும் ரஸாக் சிந்தானோனாவினுடையவும் மூன்று குழந்தைகளில் மூத்தவள். தந்தையின் பாசத்தை அனுபவிக்கும் பாக்கியம் கிடைக்கவில்லை. அவளுடைய அப்பா மனைவியையும் குழந்தைகளையும் விட்டுவிட்டு போய் விட்டார்.

அதற்குப் பிறகு அவளுடைய தாத்தா அப்துல் ரசாக்கினுடைய பாதுகாப்பில் தான் அவளும் அவளுடன் பிறந்தவர்களும் வாழ்ந்து வந்தனர். அவள் பத்தாம் வகுப்பு வரை படித்தாள். தன் குழந்தைகளை நல்ல நிலைக்குக் கொண்டு வர அம்மா அபுதாபியில் வேலைக்குப் போனாள். அங்கிருந்த செல்வந்தரான ஷேக் செய்ஃபினுடைய வீட்டில் வேலை செய்தாள்.

காதல்

அப்பொழுது அவளுக்குப் பதினெட்டு வயது. அம்மா அவளையும் அபுதாபிக்கு கூட்டிச் சென்றாள். 1985ஆம் ஆண்டு மார்ச் 15ஆம் நாள் அவள் அபுதாபிக்குச் சென்றாள். அவளும் தன் அம்மாவுடன் சேர்ந்து வேலை செய்தாள். ஷேக் செய்ஃபினுடைய வீட்டில் கார் ஓட்டுநராக மலப்புரம் திருநாவாயாவிலுள்ள எடக்குளம் மண்ணாயத்து புதுபரம்பில் அகம்மது குட்டி பணியாற்றிக் கொண்டிருந்தான்.

ஓர் ஆண்டிற்குள் ஹரீனாவும் அகம்மது குட்டியும் ஒருவரை யொருவர் விரும்பத் தொடங்கினர். நாட்டின் எல்லைகளைத் தாண்டி அவர்கள் அன்பைப் பங்கிட்டுக் கொண்டார்கள். காதல் பூத்துக் குலுங்கியது. 1988ஆம் ஆண்டு பிப்ரவரி மாதம் 21ஆம் நாள் ஷேக் செய்ஃபினுடைய வீட்டில் வைத்து ஹரீனாவை அகம்மது குட்டி தன் வாழ்க்கை துணையாக ஏற்றுக் கொண்டான். கெ.பி முகம்மது ஹாஜி என்னும் மலையாளிதான் அவர்கள் திருமணத்தை நடத்தி வைத்தது.

திருமணம் நடந்து முடிந்த அன்றே மணமகனும், மணமகளும் அகம்மது குட்டியினுடைய திருநாவாயாவிலுள்ள வீட்டிற்கு விமானம் ஏறினர். இரண்டுமாத தேனிலவிற்குப் பிறகு அபுதாபிக்குத் திரும்பிச் சென்றனர். அப்படி இரண்டு ஆண்டுகளுக்கு ஒருமுறை திருநாவாயா விற்கு வந்தனர். ஹரீனா 1996ஆம் ஆண்டிலிருந்து திருநாவாயாவி லேயே நிரந்தரமாய்த் தங்கிவிட்டாள். இலங்கை குடியுரிமை பெற்றிருந்த ஹரீனா இந்தியாவில் வசிப்பதற்கான பத்திரத்தைப் புதுப்பித்துக் கொண்டிருந்தாள். இதற்கிடையில் இந்தியக் குடியுரிமை பெற்ற மூன்று குழந்தைகளுக்கு தாயாகிருந்தாள் அவள்.

இந்தியாவில் ஐந்து ஆண்டுகள் சட்டப்படியாக வாழ்ந்ததற்குப் பிறகு தேவையான அனைத்து ஆதாரங்களையும் வைத்து ஹரீனா இந்தியக் குடியுரிமைப் பெறுவதற்கு விண்ணப்பித்தாள். (இந்தியாவில் தொடர்ந்து ஐந்து ஆண்டுகள் வாழ்ந்து வருபவர்கள் மட்டுமே குடியுரிமை பெற விண்ணப்பிக்கும் தகுதியுள்ளவராவர்) முறையான விசாரணைகள் நடந்தன. இந்தியக் குடிமகள் என்னும் அவளுடைய கனவு நீண்டு கொண்டேயிருந்தது.

சுனாமி

அம்மா ரசாக் சிந்தோனோனாவும் சகோதரி ரலீனாவும் அவளுடைய கணவர் நலீமும் குழந்தைகளும் ஹரீனாவைப் பார்ப்பதற்காக கேரளாவிற்கு வருவதற்கு ஒரு வாரம் மட்டுமே இருந்தது. விமானப் பயணச்சீட்டு வாங்கப்பட்டு விட்டது. இதற்கிடையில் தான் 2004

அரசியல் சட்டத்தினுடைய இரைகள் 21

டிசம்பர் 25ஆம் நாள் உருக்குலைய வைத்த சுனாமி அலைகள் இலங்கை கடற்கரையில் வீசியடித்தது.

ஹரீனாவினுடைய அம்மாவும் ரலீனாவும் குழந்தைகளும் சந்தையில் வீட்டுக்கான சாமான்களை வாங்கிக் கொண்டிருக்கும் பொழுது தான் பெரும் இரைச்சலுடன் வந்து சேர்ந்தது. சுனாமி அலைகள், கடற்கரையை நக்கித் துடைப்பதற்கிடையில் அம்மா ரசாக் சிந்தோனோனா வினுடையவும், சகோதரியினுடைய ஏழு வயது மகன் ரிக்ராஷினுடையவும் உயிரைப் போக்கிவிட்டது. ரலீனா மரணத்தின் வாயிலிருந்து மீண்டு வந்தாள். உயிரற்ற உடல்களுக்குடையில் நினைவிழுந்து கிடந்த ரலீனாவிற்கு மீட்புப்பணியில் ஈடுபட்டுக் கொண்டிருந்தவர்களின் கருணையால் மறு வாழ்வு கிடைத்தது. சுனாமியின் சீற்றத்திற்கு ஹரீனாவின் சின்னம்மாவின் கணவர் நிஜாமுதீனும் அவருடைய மகளும் மருமகனும், இரண்டு பேரக் குழந்தைகளும் பலியாகிவிட்டனர்.

உறவினர்களை சமாதானப்படுத்தவும், தான் சமாதானமடையவும் இலங்கைக்கு பயணம் மேற்கொள்ளவிருந்த ஹரீனாவிற்கு நாடு களினுடைய சட்டங்கள் குறுக்கே நின்றன. அதிகாரிகள் அதிலுள்ள சிக்கல்களை எடுத்துக் கூறினர். இப்பொழுது இலங்கைக்குப் போனால் இந்தியக் குடியுரிமை பெற மீண்டும் ஐந்து ஆண்டுகள் காத்திருக்க வேண்டும் என்று எடுத்துரைத்தனர்.

இந்தியக் குடியுரிமை பெற ஒன்பது ஆண்டுகளாகக் காத்துக் கொண்டிருக்கிறாள். அவளால் இந்தியக் குடியுரிமை பெற வேண்டும் எனும் கனவை கைவிட முடியவில்லை. ஓயாமல் அழுதபடி அவள் கணவனுடைய வீட்டில் கவலையுடன் வாழ்ந்து வந்தாள். கணவருடைய உறவினர்களின் வார்த்தைகள் மட்டுமே அவளுக்கு சற்று ஆறுதலைக் கொடுத்தது.

ஆட்சியாளர்களின் வேடிக்கைச் செயல்

பதினெட்டு ஆண்டுகளுக்கு முன்பு ஹரீனா இலங்கையுடனான தொப்புள் கொடி உறவை அறுத்துக் கொண்டாள். அம்மாவையும், உறவினர்களையும் புதைத்த இடத்தில் பிரார்த்தனை செய்ய வேண்டும் என்னும் விருப்பம் இப்பொழுதும் மீதமுள்ளது. உடன் பிறந்தவர் களையும் பார்க்க வேண்டும்.

அதற்கு இந்தியக் குடியுரிமை கிடைக்க வேண்டும். இல்லை யென்றால் பத்து ஆண்டுகள் தொடர்ந்து வாழ்ந்து வந்தது பலனற்றுப் போகும். குடியுரிமை பெறுவதற்காக விண்ணப்பித்து பல ஆண்டுகள்

கழிந்து விட்டன. ஆட்சியாளர்கள் மனமிறங்கவில்லை. ஹரீனாவினுடைய திருமணப் பதிவு பத்திரத்தையும் இங்கு வசிப்பதற்கு வழங்கிய பத்திரத்தையும் கொடுக்கும்படி கேட்டார்கள். அந்தப் பத்திரங்களை திரும்பத் திரும்ப கொடுத்து சலித்து விட்டது. கணவர் அகமது குட்டி அபுதாபியில் உள்ளார். கணவரின் அப்பா மண்ணாயத்தும் புதுபரம்பில் செய்தலவியும், கணவரின் சகோதரன் சித்திக்கும் ஹரீனா குடியுரிமை பெறுவதற்காக சிரமப்பட்டு முயற்சி செய்து கொண்டுள்ளார்கள். மக்கள் பிரதிநிதிகளையும் அவர்கள் பலமுறை சந்தித்து விட்டார்கள். எந்தப் பலனும் கிடைக்கவில்லை. இந்தியக் குடியுரிமை கிடைத்தால் தான் அவள் இலங்கைக்குப் போக முடியும்.

ஆட்சியாளர்களின் வேடிக்கையான செயல்களால் இந்தப் பெண் எதுவும் செய்ய முடியாதவளாயிருக்கிறாள். இந்தப் பரிதாபமான பெண்ணிற்கு ஆட்சியாளர்கள் கருணை காட்டுவார்களா?

ஹரீனாவினுடைய கதை இத்துடன் முடிந்து விடவில்லை. ஆட்சியாளர்கள் மனமிளகி அவள் இலங்கைக்குச் சென்றால் அவள் ஓடியாடித் திரிந்த கிராமத்தை சுனாமி மிச்சம் வைத்திருக்குமா?

இரண்டாம் பாகம்

சரித்திரத்தில் திருத்தல்கள்

1. இரத்தத்தில் எழுதிய கடிதம்

தோழரே, புல்ப்பள்ளியில் இருந்து ஒரு விவசாயி எழுதுகிறேன். மோகங்கள் கரிந்து போன பல விவசாயிகள் இங்கே இருக்கிறார்கள். நாங்கள் மிகுந்த சங்கடத்தில் உள்ளோம். எங்களை விவசாய பூமியிலிருந்து அடித்துத் துரத்துகிறார்கள். காட்டை அழித்து பொன்னாக்கிய மண்ணிலிருந்து எங்களை அந்நியப்படுத்துகிறார்கள். காவல் துறையினரின் தொந்தரவுகளை எங்களால் தாங்கிக் கொள்ள முடியவில்லை. வனத்துறையினரின் தொந்தரவுகள் வேறு. நாங்கள் எதிர்பார்த்திருந்தவர்களெல்லாம் எங்களைக் கைவிட்டு விட்டார்கள் ஆசையெல்லாம் நிராசையாகி...

பாதிக்கப்பட்டவர்களுக்காக புதிய கம்யூனிஸ்ட் கட்சியை உருவாக்கியுள்ளதாக கேள்விபட்டேன். அதற்கு நீங்கள் தான் தலைவர் என்பதையும் அறிந்தேன். பாதிக்கப்பட்டுள்ள எங்களை உங்களுடைய அமைப்பு காப்பாற்ற முடியும் தானே. உங்கள் அமைப்பைப் பற்றி மேலும் அதிகமாய்த் தெரிந்து கொள்ள வேண்டும். நான் உங்களை சந்திக்க விரும்புகிறேன்.

உங்கள்

விவசாயத் தோழன்

இந்தக் கடிதம் சரித்திரமாகுமென்று யார் கருதினார்கள். கேரளாவில் ஆயுதப் புரட்சியினுடைய சூறாவளியை ஏற்படுத்து மென்றும், இரத்த ஆற்றில் கேரளா கலங்கி நிற்குமென்றும் யார் நினைத்துப் பார்த்தார்கள்?

தலச்சேரி - புல்ப் பள்ளி ஏலம். கேரளாவில் முதல் நக்சல் தாக்குதல்; இதற்குக் காரணமாயிருந்தது, இந்தக் கடிதம். சில புரட்சிக்காரர் களினுடைய சூடு பறக்கும் விவாதத்திற்கு ஒரு தீப்பொறியாய் இந்தக் கடிதம் காரணமாயிருந்தது. ஆயுதப் போராட்டத்திற்காகத் துடித்துக் கொண்டிருந்த மனதுகளில் புரட்சித் தீ கொழுந்து விட்டெரிந்தது. கடிதத்தைப் படித்த தோழர் மலையிடுக்குகளில் பயணம் செய்து கடிதம் அனுப்பிய ஆளைக் கண்டு பிடிக்கிறார். இனி வருவது சரித்திரம் ஆகும். புல் பள்ளியில் ஆயுதப் புரட்சியினுடைய கொடி உயர்ந்தது.

இதன் தொடர்ச்சியாக கேரளாவில் அங்கு மிங்கும் புரட்சியினுடைய எதிரொலிகள் கேட்டன. ஆட்சியாளர்களுக்கு நடுக்கம் ஏற்பட்டது. சரித்திரத்தினுடைய ஒரு ஏடு இரத்தத்தில் முடங்கியது.

கடிதத்தைப் பற்றி அஜிதாவினுடைய 'நினைவுக் குறிப்புகளில்' இவ்வாறு சொல்லப்பட்டுள்ளது.

ஒரு நாள் தபால்காரர் எங்களிடம் ஓர் உறையைக் கொண்டு வந்து கொடுத்தார். அதன் மீது எழுதப்பட்டிருந்த முகவரி மிகவும் விசித்திரமாயிருந்தது. குன்னிக்கல் நாராயணன், டவுன்ஹால், கோழிக்கோடு. அந்தக் கடிதம் எங்கள் கைகளில் கிடைத்ததற்கு அதிர்ஷ்டம் தான் காரணம். அந்த உறைக்குள் ஒரு நீண்ட கட்டுரையைப் போல ஒரு கடிதம் இருந்தது. தெற்கு வயநாடு தாலுக்காவிலுள்ள புல்ப்பள்ளி தேவம்சம் வன பூமியில் வாழ்ந்து கொண்டிருக்கும் ஏழை விவசாயி ஒருவருடைய கடிதம் அது. (குன்னிக்கல் நாராயணன் அஜிதாவினுடைய தந்தை ஆவார். முக்கிய நக்சலைட் தலைவராயிருந்தார்).

அன்று மாலை நேரம் தோழர்களெல்லாம் கூடி இந்தக் கடிதத்தைப் பற்றி விவாதம் செய்தார்கள். முறையான வழிகளெல்லாம் தோல்வியடைந்து விட்டதால் நக்சல்பாரியினுடைய வழி மட்டுமே மீதமிருக்கிறது. அனைத்திந்திய அளவில் இதைத்தானே வரவேற்கிறார்கள். அந்தப் பிரச்சனையைக் கையில் எடுக்க வேண்டுமென்று நாங்கள் முடிவு செய்தோம். ஆனால் அதை எழுதியவரினுடைய முகவரி தெளிவாகத் தெரியவில்லை என்பதால் மேலும் சில காலம் காத்திருக்க வேண்டியிருந்தது.

குன்னிக்கல் நாராயணனுக்கு கடிதம் எழுதிய விவசாயி இப்பொழுதும் இருக்கிறார். அணையாத புரட்சிச் சிந்தனையுடன் புல்ப்பள்ளியிலுள்ள வண்டிக்கடவில் உள்ளார். விவசாயி தோழர் சி.எஸ் செல்லப்பன்.

புல்ப்பள்ளி ஏலத்தில் ஆரம்பத்திலிருந்து கடைசி வரை தொடர்பு வைத்திருந்த தோழர்தான் செல்லப்பன். அடய்க்காதோடில் அஜிதா, பிலிப் எம். பிரசாந்த் என்னும் இவர்களுடன் செல்லப்பனையும் காவல் துறையினர் கைது செய்தனர். நக்சல் சங்கம் ஒளித்து வைத்துள்ள துப்பாக்கிகளையும் மற்ற ஆயுதங்களையும் கண்டு பிடிப்பதற்காக காவல் துறையினர் அழைத்துச் சென்ற இரண்டு தோழர்களில் ஒருவர்தான் செல்லப்பன், நக்சல் வழக்கில் ஏழு ஆண்டுகள் சிறையில் அடைக்கப்பட்டார்.

பாதிக்கப்படுவர்கள், தாக்கப்படுவர்கள் ஆகியோரின் விமோசனம் நக்சல் பாரி மார்க்கத்தில் தான் உள்ளது என்று இப்பொழுதும் நம்புகிறார். பந்தனந்திட்டாவில் பிறந்த அவர் தொழில் பிரச்சனைத் தொடர்பாக ஊரைவிட்டு கர்நாடகாவிற்குச் சென்று சுற்றியலைந்து புதுப்பள்ளிக்கு வரும் பொழுது அவருக்கு வயது 23.

விவசாயிகள் புல்ப்பள்ளியில் காட்டை வெட்டி உழுது விவசாயம் செய்கின்ற காலம். செல்லப்பனும் பாறக்கடவில் தேவசம் வன பூமியில் பத்து ஏக்கர் நிலத்தை சுத்தம் செய்து மரவள்ளிகிழங்கும் நெல்லும் பயிர் செய்தார். அறுவடை செய்ய வேண்டிய பருவம். புல்ப்பள்ளி தேவசம், விவசாயிகளை அங்கிருந்து வெளியேற்றத் தொடங்கியது. இதற்கு காவல் துறையினரும் துணை போயினர். வெளியேற்றப்பட்ட விவசாயிகளால் அதற்கு எதிராக எதுவும் செய்ய இயலவில்லை. இதற்கும் மேல் வனத்துறையினரின் தொந்தரவும் சேர்ந்து கொண்டது. பொறுமை இழந்த விவசாயிகள் எதிர்ப்புத் தெரிவிக்கத் தொடங்கினர். இதற்கு பதிலடியாய் அவர்களுக்கு எதிராக நூற்றுக்கணக்கான வழக்குகள் தொடரப்பட்டன. அன்று செல்லப்பன் கம்யூனிஸ்ட் கட்சியில் செயல் பட்டுக் கொண்டிருந்தார்.

கௌரியம்மா மந்திரியாக இருந்தும் காவல் துறையினரின் கொடுமைக்கு ஆளாக வேண்டி வந்ததில் எங்களுக்கு வேதனை தாங்க முடியாததாயிருந்தது, என்று செல்லப்பன் சொல்கிறார்.

விவசாயிகளின் குறையை அரசாங்கம் காது கொடுத்து கூடக் கேட்கவில்லை. அதற்குப் பதிலடி அங்கிருந்த விவசாயிகளை வெளியேற்ற எம்.எஸ்.பி. முகாமை அமைத்தது. அந்த முகாம் அமைந்தவுடன் விவசாயிகளினுடைய வாழ்க்கை நரகமானது. அந்த முகாமில் இருந்தவர்கள் குடித்து விட்டு கும்மாளம் போட்டனர். விவசாயிகளை எந்தவிதக் காரணமும் இன்றி அடித்துத் துன்புறுத்தினர். காவல் துறையினருடன் மக்கள் போராட வேண்டி வந்தது. அந்த வேதனை மிகுந்த நாட்கள் செல்லப்பனுடைய மனதில் பசுமையாக நினைவில் இருந்தன.

இந்தச் சந்தர்ப்பத்தில் தான் வயநாட்டிலுள்ள சீயம்பத்தில் முற்போக்கு எண்ணம் கொண்ட தையற்காரரான(பெயர் நினைவில் இல்லை) ஒரு புதிய கம்யூனிஸ்ட் கட்சியைக் குறித்து சொன்னது. அந்த புதிய அமைப்பு தேவசத்தினுடையவும், காவல் துறையினருடையவும் நடவடிக்கையைத் தைரியமாய் எதிர்ப்பார்கள். நீங்கள் அந்த அமைப்பைத் தொடர்பு கொள்ளுங்கள், கோழிக் கோட்டிலுள்ள குன்னிக்கல் நாராயணன் என்பவர் தான் அதன் தலைவர். தையல் காரருடைய அறிவுரையைக் கேட்டுத் தான் நான் குன்னிக்கல்

நாராயணனுக்குக் கடிதம் எழுதியது. புல்ப்பள்ளியில் விவசாயிகளினுடைய பரிதாபகரமான நிலையையும் காவல்துறையினரின் அடக்கு முறையையும் பற்றிக் கடிதத்தில் விவரித்திருந்தேன். உங்களுடைய அமைப்பைப் பற்றி அறிந்து கொள்ளவும் உங்களைப் பார்க்கவும் விரும்புகிறேன், என்று தெரியப்படுத்தியிருந்தேன்... கடிதத்தில் எழுதியிருந்த வரிகள் தெளிவாக நினைவில்லையென்றாலும் என்ன எழுதியிருந்தார் என்பதை ஓரளவு எடுத்துரைத்தார்.

"குன்னிக்கல் நாராயணன் என்னைப் பார்க்க வந்தார். அமரக் குனியில் நான் வாழ்ந்துக் கொண்டிருந்த குடிசையில் தான் நாங்கள் சந்தித்துப் பேசினோம். நாங்கள் சில விவசாயிகளை அழைத்து முதல் சந்திப்பை நடத்தினோம். அதற்குப் பிறகு நடைபெற்ற சந்திப்புகளில் கலந்து கொண்ட விவசாயிகளின் எண்ணிக்கை அதிகரித்துக் கொண்டிருந்தது. வர்கீஸ், குன்னிக்கல் நாராயணன், பிலிப், எம்பிரசாந்த் ஆகியோர் விவசாயிகளுக்கு வகுப்பெடுத்தனர். இசான், தொம்மன், சசிமல ராமன் நாயர், நீலகண்டன் நாயர், எடூர் ஜோஷப் என்பவர்களெல்லாம் போராட்டக் குணத்துடன் அதில் கலந்து கொண்டனர். வக்கீலினுடைய தலைமையில் விவசாயிகளின் ஒற்றுமை வளர்ந்து கொண்டிருந்தது. செல்லப்பன் நினைவு கூர்ந்தார்.

"தேட்ட மலை கிருஷ்ணன் குட்டியும், இராணுவத்திலிருந்த ராமன் குட்டியும், ஆயுதப் பயிற்சியளித்தார்கள். ஆயுதப் புரட்சிக்காக ஐம்பதிற்கும் மேற்பட்டோர் மைசூர் காட்டில் முகாமிட்டனர். அஜிதாவும் மானந்தவாடியில் இருந்து தோழர்களும் அங்கு வந்து சேர்ந்தனர். எம்.எஸ்.பி முகாமைத் தாக்குவது தான் அவர்களுடையக் திட்டம் அந்த முகாமிலுள்ள துப்பாக்கிகளைக் கைப்பற்றுவதும் சைத்தானின் குணம் கொண்ட துணை ஆய்வாளரான செல்லப்பனை கொலை செய்வதும் தான் அவர்களுடைய இலக்கு. இதைச் சொல்லும் பொழுது கூட அந்த காவல்துறை அதிகாரி மீது இருந்த கோபம் வெளிப்பட்டது.

"எம்எஸ்பி யிலும் அதைச் சுற்றிலும் என்ன நடந்து கொண்டுள்ளது. என்பதைத் தெரிந்து கொள்வதற்காக இரண்டு தோழர்கள் அங்கு அனுப்பி வைக்கப்பட்டனர். துணை ஆய்வாளர் அல்லப்பனும் சில காவலர்களும் முதல் நாளே எங்கேயோ போய் விட்டிருந்தனர். இந்த விவரத்தை அவர்கள் முகாமிற்குத் தெரியப்படுத்தினர். இருந்தாலும் கம்பியில்லா ஒலிபரப்பு முறையையாவது தகர்க்க வேண்டுமென்னும் எண்ணத்துடன் அந்த முகாமைத் தகர்க்க முடிவு செய்தனர். துப்பாக்கி, வெடி குண்டுகள், வெட்டுக் கத்தி மரக்குந்தம் ஆகிய ஆயுதங்களுடன் நாங்கள் முகாமை நோக்கிச் சென்றோம். திடீரென்று முகாமின் மீது

அரசியல் சட்டத்தினுடைய இரைகள்

பாய்ந்துத் தாக்கினோம். காவல் துறையினர் எங்கேயோ ஒளிந்து கொண்டனர். வயர்லெஸ் அமைப்பை இயக்குபவன் எங்களிடம் கிடைத்தான். எங்க கோபத்தையெல்லாம் அவன் மீது காட்டினோம். அவன் நினைவிழந்து விழும்வரை அவனைத் தாக்கினோம். அந்த முகாமிலிருந்த ஆயுதங்களையெல்லாம் கைப்பற்றிக் கொண்டோம்.

"அங்கிருந்து திரும்பிப் போகும் பொழுது தான் கோபாலன் கீழே விழுந்து கையிலிருந்த வெடிகுண்டு வெடித்தது. அந்தக் குண்டு வெடிப்பில் கோபாலனுடைய வலது முன்கை மணிக்கட்டுவரை சிதைந்து விட்டது. அவருக்கு சிகிச்சையளிப்பதற்காக சேகாடியை நோக்கிப் புறப்பட்டோம். அங்கு போய் சேரும் பொழுது விடிந்திருந்தது. ஆதிவாசிகளுக்குத் துரோகம் செய்து கொண்டுள்ள ஒரு செட்டி யினுடைய வீட்டிற்குத் தான் சென்றோம். அதற்கிடையில் சில ஆதிவாசிகளும் எங்களுடன் சேர்ந்து கொண்டனர். முழக்கங்களை எழுப்பிய படிதான் நாங்கள் அவனுடைய வீட்டிற்குச் சென்றது. பயந்து நடுங்கிய அந்த வீட்டிலிருந்தவர்களை நாங்கள் ஒன்றும் செய்யவில்லை. கஜானாவையும், பெட்டியையும், நெல் வைத்திருந்த அறையையும் அடித்து உடைத்தோம். மக்களைப் பிழிந்து சேர்த்து வைத்த பணக்கட்டுகளையும், தங்க நகைகளையும் எடுத்துக் கொண்டோம். நெல் மூட்டைகளை ஆதி வாசிகளுக்குப் பிரித்துக் கொடுத்தோம். மேலும் ஒரு செட்டியின் வீட்டிற்குள் நுழைந்து பணத்தையும் நகைகளையும் எடுத்துக் கொண்டோம். துப்பாக்கி யையும் கைப்பற்றிக் கொண்டோம். நெல்லை ஆதி வாசிகள் எடுத்துக் கொள்ளவும் சொன்னோம்.

"ஆற்றைக் கடந்து காட்டிக்குளம் வழியாக திருநெல்லி வனத்திற்குத் திரும்பினோம். இருட்டு, செங்குத்தான குன்றுகள், எலும்பைத் துளைக்கும் பயங்கரக் குளிர். இரத்தத்தை உறிஞ்சிக் குடித்துப் பெருக்கும் அட்டைப் பூச்சிகள். இவையெதுவும் அப்பொழுது சிரமமாகத் தோன்றியிருக்கவில்லை. அன்று இரவு திருநெல்லிக் காட்டில் முகாமிட்டோம்.

"அடுத்த நாள் மதிய வேளை, வெடிகுண்டுகளை உலர்த்தும் படி வர்கீஸ்,கிசான் தொம்மனிடம் சொன்னார். வெடிகுண்டுகளைப் பாதுகாக்கும் பணி தொம்மனுடையதாகும். வெடி குண்டுகள் நிறைந்த பையை மரத்தில் தூக்கித் தொங்க விட முயற்சிப்பதற்கிடையில் விழுந்து வெடித்துச் சிதறின. அது ஒரு பெரிய விபத்தாயிருந்தது. சிறிது நேரம் வரை காதில் இரைச்சல் மட்டுமே கேட்டுக் கொண்டிருந்தது. தொம்மன் உடல் அடையாளம் தெரியவில்லை. உடல் சிதறிக் கிடந்தது. கண்கள் வெளியில் தொங்கிக் கொண்டிருந்தன. அந்த உடலில் கரியும்

இரத்தமும் படிந்திருந்தன. தோழர் மரணமடைவது உறுதி, காப்பாற்ற முடியவில்லை. என்னைப் பற்றிக் கவலைப்பட வேண்டாம் நீங்கள் தப்பித்துச் செல்லுங்கள் - கிசான் அந்த சந்தர்ப்பத்திலும் அதைச் சொன்னார்: உணர்ச்சிவசப்பட்டு பேசிக் கொண்டிருந்த செல்லப்பனுடைய வார்த்தைகள் திக்கின.

"அந்த முகாமை உடனடியாக மாற்ற வேண்டியது அவசியம். வெடிச்சத்தம் கேட்டு காவல் துறையினர் எந்த நிமிடம் வேண்டுமானாலும் அங்கு வரலாம். புரட்சிப் பாடலைப் பாடி முழக்கம் எழுப்பி அங்கிருந்து செல்ல தயாரானோம். ஆனால் வலியில் துடித்துக் கொண்டுள்ள தோழரை விட்டு விட்டுப் போக யாருடைய மனமும் இடங்கொடுக்கவில்லை. உடனடியாக அவர் உயிரைப் போக்கி விடத் தயாரானோம். ஆனால் யார் அவரைக் கொல்வது? தொம்மனை சுட்டு விடும்படி கிருஷ்ணன் குட்டியிடமும் என்னிடமும் வர்கீஸ் சொன்னார். மிகுந்த மரியாதைக்குரியவராயிருந்த தோழரை சுட்டுக் கொல்ல எங்களால் முடியவில்லை. கடைசியில் சசிமலை நாமன் நாயர், கிஸான் தொம்மனுடைய நெஞ்சில் சுட்டான். அங்கேயே ஒரு குழி தோண்டி தொம்மனுடைய உயிரற்ற உடலை அதில் போட்டு மூடினோம்.

"தலசேரி ஏலத்துக்குப் பிறகு வருவதாகச் சொல்லியிருந்த தோழர்கள் இன்னும் வந்து சேர்ந்திருக்கவில்லை. திருநெல்லியில் ஒன்றிணைந்து ஆயுதப் புரட்சியைத் தொடரத் திட்டமிட்டிருந்தோம். இனி ஏலத்தைத் தொடர முடியாத நிலை. சிறு சிறு பிரிவாய் பிரிந்துச் செல்ல முடிவு செய்தோம். அஜிதா, பிலிப் எம். பிரசாத். சசிமலை ராமன் நாயர் ஆகியோர் அடங்கிய சங்கத்தில் நான் இருந்தேன்.

அடக்காதோடில் வைத்துதான் நாங்கள் பிடிக்கப் பட்டோம். கூப்பில் வேலை செய்யும் தொழிலாளர்கள் என்று சொல்லித் தப்பித்துக் கொள்ளலாம் என்றிருந்தோம். ஆனால் அஜிதாவினுடைய புகைப்படம் பத்திரிக்கையில் வெளியாகியிருந்ததால் எங்களை எளிதில் அடையாளம் கண்டு பிடித்து விட்டார்கள். காவல் துறையினர் எங்களைப் பிடித்தது தான் நினைவிருக்கிறது." காவல் துறையினரின் சித்ரவதையைக் குறித்து செல்லப்பனால் இதை மட்டுமே சொல்ல முடிந்தது.

நீதிமன்றம் செல்லப்பனை சிறையில் அடைக்க உத்தரவிட்ட தென்றாலும் காவல் துறையினர் அவரைத் தங்கள் பாதுகாப்பில் சில காலம் வைத்திருந்தனர். நக்சல் சங்கம் ஒளித்து வைத்திருந்த துப்பாக்கிகள், பணம், தங்க நகைகள் ஆகியவற்றைக் கண்டு பிடிப்பதற்காக அவர்கள் செல்லப்பனை தங்களுடன் காட்டில் வைத்துக் கொண்டனர். சங்கரன்

ஆசானுடன் இரும்புச் சங்கிலி போட்டு விலங்கு மாட்டித்தான் காவல் துறையினர் எங்களைக் காட்டிற்குக் கூட்டிக் கொண்டு போயினர்.

மூன்று ஆண்டுகள் கோழிக்கோடு, கண்ணூர் சிறைச் சாலைகளில் அடைக்கப்பட்டிருந்தார். மூன்று மாதங்களுக்கு ஒரு முறை வழக்குகளைத் தீர்ப்பதற்காக கூடும் நீதிமன்றத்தால் அவர் விடுதலை செய்யப்பட்டார். புல்ப்பள்ளிக்கு வந்து விவசாயப் பணியில் மூழ்கினார். 1973ஆம் ஆண்டு மார்ச் மாதம் 20 ஆம் நாள் வெளியம்பரம்பில் வேலாயுதனுடைய மகள் ஓமனாவை திருமணம் செய்து கொண்டார். அரசாங்கம் மேல் முறையீடு செய்ததன் காரணமாக உயர் நீதி மன்றம் செல்லப்பன் உட்பட 22 பேருக்கு ஆயுள் தண்டனை வழங்கித் தீர்ப்பளித்தது. மனைவி ஓமனா கர்ப்பிணியாக இருக்கும் நிலையில் செல்லப்பன் திரும்பவும் சிறையில் அடைக்கப்பட்டார். அரசாங்கம் வழக்கைத் திரும்பப் பெற்று கொண்டதால் மூன்றரை ஆண்டுகளுக்குப் பிறகு சிறையிலிருந்து வெளியில் வந்தார். இப்பொழுது இந்த 62 வயதுடைய செல்லப்பன் 70 சென்ட் நிலத்தில் விவசாயம் செய்து வாழ்ந்து கொண்டுள்ளார்.

அன்று நடத்தப்பட்ட ஆயுதப் புரட்சி தவிர்க்க முடியாத ஒன்றாயிருந்தது, என்று அவர் இப்பொழுதும் நம்புகிறார். எம்.எஸ்.பி அலுவலகத்தின் மீது தாக்குதல் நடத்திய மூன்றாம் நாளே புல்ப்பள்ளி யிலுள்ள விவசாயிகளுக்கு பட்டயம் வழங்க வேண்டிய கட்டாயம் அரசாங்கத்திற்கு வந்ததில்லையா? அது பெரிய வெற்றிதானே? செல்லப்பன் கேள்வி எழுப்புகிறார்.

நாட்டின் அவல நிலை மாற வேண்டும். இது தான் கடிதம் எழுதும் போது செல்லப்பனின் எண்ணமாயிருந்தது. ஆனால் அது சரித்திரத்தில் ஒரு புதிய அத்தியாத்தை எழுதி விட்டது. அதில் செல்லப்பனும் ஒரு அங்கமாகி விட்டார். நீண்ட கால சிறை வாசமோ, காவல்துறையின் சித்ரவதையோ அவரை தளர்வடையச் செய்திருக்க வில்லை. புரட்சி செய்த காலங்களில் இருந்த சுறுசுறுப்பும் ஊக்கமும் இப்பொழுதும் உள்ளன. தேவைப்பட்டால் மேலும் ஒரு ஆயுதப் புரட்சிக்கு தயாராயுள்ளார்.

2. பதில் கிடைக்காத ஒரு நக்சல் சந்தேகம் அந்தத் துப்பாக்கி யாருடையது?

வசந்த காலத்தினுடைய இடி முழக்கத்தைக் கேட்டபடி தான் நக்சல் தலைவர் வர்கீஸ் திருநெல்லிக் காட்டில் நுழைந்தது. ஆனால், அவர் வாழ்க்கையில் வசந்தம் மட்டும் வீசவில்லை. இடி முழக்கம் மட்டும் கேட்டது. சரித்திரத்தில் பலமுறை.

1970, பிப்ரவரி 18

திருநெல்லிக்காடு

காவலர் ராமச்சந்திரன் நாயர். கருணையுடன் ஒரு பிடி சோறை வாரி வர்கீசுக்குக் கொடுக்கிறார். உடனடியாக துப்பாக்கி வர்கீசினுடைய நெஞ்சை நோக்கி குண்டுகளைப் பொழிந்தது. அந்த வெடிச்சத்தம் பல ஆண்டுகளுக்குப் பிறகும் கேரள சமூகத்தில் இடி முழக்கத்தை உண்டாக்கிக் கொண்டுள்ளது.

திருநெல்லிக் காட் டில் துப்பாக்கிகள் பல கதைகளைக் கூறின. ஆனால் ஒரு நாட்டுத் துப்பாக்கியினுடைய கதையை மட்டும் யாரும் சொல்லவில்லை. காட்டில் இறந்து கிடந்த வர்கீசினுடைய கையிலிருந்த துப்பாக்கியினுடைய கதை.

காவல் துறையினர்க்கு கதை கட்ட உருவாக்கப்பட்ட அந்தத் துப்பாக்கி யாருடையதாயிருந்தது. பல விசாரணைகள் நடந்தன - என்றாலும் அந்த நாட்டுத் துப்பாக்கியினுடைய கதை மட்டும் சாம்பல் மூடிக் கிடந்தது.

காலம் தெளிவுப்படுத்திய ஒரு உண்மையிருக்கிறது. நக்சல் வர்கீஸ் யாரையும் நோக்கி சுட்டிருக்கவில்லை. அவருக்கு சுடவும் தெரியாது. இந்த உண்மையை முன்பே பலர் எடுத்துரைத்துள்ளனர். வர்கீசின் நக்சல் வாழ்க்கையில் துப்பாக்கிகளுக்கு எந்தப் பங்கும் இருந்திருக்கவில்லை. என்பதற்கு இவர்கள் சாட்சிகளாவர்.

சாட்சிகள்:

1. பலராமன்

வர்கீஸ் அதே இடத்தில் நின்று கொண்டு வாசுவிடம் சுடும்படி சொன்னார். அதைக் கேட்ட வாசு ஒரு நிமிடம் கூடத் தாமதிக்கவில்லை. சுட்டார் நெஞ்சில் குண்டு பாய்ந்த அடிகா மல்லாந்த நிலையில் கீழே

விழுந்தார். சேக்குவினுடைய கதையும் அதே தான். வாசுதான் சேக்குவையும் சுட்டு வீழ்த்தியது. அந்த இரண்டு சம்பவங்களுமே என் கண் முன்னால் தான் நடைப் பெற்றன., உங்களால் நம்ப முடியாமல் கூட இருக்கலாம். வர்கீசுக்கு துப்பாக்கியை உபயோகிக்கக் கூடத் தெரியாது. நாங்கள் எல்லோரும் துப்பாக்கி சுடும் பயிற்சியை மேற்கொண்ட பொழுது வர்கீஸ் அதில் ஆர்வம் காட்டவில்லை. துப்பாக்கியின் பின் பகுதியைக் கொண்டு எதிரியை அடித்துள்ளதைத் தவிர அவர் சுடுவதற்காகத் துப்பாக்கியைத் தொட்டது கூட இல்லை.

2. வாசு

தாக்குதலுக்குப் பிறகு கடந்த 32 ஆண்டுகளுக்குள் நான் எப்பொழுது வேண்டுமென்றாலும் வெளிப்படுத்தக் கூடியதாயிருந்த இரகசியங்களைத் தான் பலராம அண்ணன் சொன்னது. தாக்குதலில் பங்கெடுத்துக் கொண்டவர்களைத் தவிர மற்ற அனைவரும் வர்கீஸ் தான் செய்தார் என்று நம்பிக் கொண்டிருந்த ஒரு காரியத்தை நான் தான் செய்தேன் என்று உரிமை கொண்டாட வேண்டிய அவசியம் எனக்கு இருந்திருக்கவில்லை. பலராமன் அண்ணனுடைய வார்த்தை களை மறுத்துப் பேச என்னால் முடியாது. அடிகாவைக் கொலை செய்கின்ற பொழுது துப்பாக்கியை உபயோகிக்கத் தெரிந்தவர்கள் மூன்று பேர். வர்கீஸ் துப்பாக்கி சுடும் பயிற்சி எடுத்திருக்கவில்லை. நான் தான் அந்தக் காரியத்தை செய்ய வேண்டி வந்தது.

3. அஜிதா

மின்சாரத் தாக்குதலுக்கு ஆளானவர்களைப் போல கண்கள் விரியக் கேட்டுக் கொண்டிருந்த எங்களிடம் தோழர் வர்கீஸ் சொன்னார் (திரு நெல்லிக் காட்டில் கிசான் தொம்மன் வெடிகுண்டு விபத்தில் மரணம் அடையக் கூடிய சமயம்).

(திருநெல்லிக் காட்டில் கிஸான் தொம்மன் குண்டு வெடித்து மரணமடைய இருந்த நேரம்) தோழர்களே கொஞ்சம் தைரியத்தை வரவைத்துக் கொள்ளுங்கள். தோழரை நாம் மருத்துவமனைக்கு எடுத்துச் சென்றாலும் அவர் வழியிலேயே இறந்து விடக்கூடும். அதைவிட அவர். வலியால் துடித்துக் கொண்டிருக்க விடாமல் அவர் மேலும் வேதனைப் படாமல் உடனடியாக மரணமடைய உதவுவது தான் நல்லது என்று எனக்குத் தோன்றுகிறது. அதற்கு யார் தயாராக இருக்கிறீர்கள்.

'தோழருக்கு எதிராக துப்பாக்கியை நீட்டுவதா? எங்கள் ஒவ்வொருவருக்கும் அதை யோசித்துப் பார்க்கவே சிரமமாயிருந்தது. நிலச்சுவான்தாரர்களுக்கு எதிராகவும் கம்பியில்லா ஒலிபரப்பு

நிலையத்தை கைப்பற்றவும் எந்தவொரு தயக்கமும் இல்லாமல் முன் வந்த தோழர்கள் கூட என்னால் முடியாது என்று சொல்லி மறுத்து விட்டனர். தோழர் வர்கீஸ் கோபத்துடன் தொடர்ந்து சொன்னார். தோழர் கிசான் தொம்மன் வலியால் துடித்துக் கொண்டிருக்கட்டும் என்று நீங்கள் சொல்ல வருகிறீர்களா? அவருடைய வார்த்தையின் உண்மையை எங்களால் புரிந்து கொள்ள முடிந்தது. மிகுந்த தைரியசாலியான விவசாயத் தோழரான சசிமலை ராமன் நாயர் கடைசியில் தயாராகி முன் வந்தார் (அஜிதாவின் நினைவுக் குறிப்புகள்).

காவல் துறையினருக்கும் வர்கீசுக்குமிடையில் ஒற்றனைப் போல நுழைந்த அந்த நாட்டுத் துப்பாக்கியினுடைய உண்மையான சொந்தக்காரன் யார்?

இடது புரட்சிக்காரனுடைய கைத்துப்பாக்கி எப்படி வந்தது? துப்பாக்கிக்கும் வர்கீசுக்கும் இடையில் தோன்றுகின்ற பல முகங்கள் உள்ளன. சரித்திரத்தில் திரைக்குப் பின்னால் மறைந்திருக்கிறவர்கள்.

வி.ஏ மத்தாயி வயநாட்டில் ஒரு பெரிய வழக்குரைஞர். பல பெரிய நக்சல் வழக்குகளையும், இலவசமாக, வாதாடிக் கொடுத்தவர். அவருடைய 'வாழ்கின்ற நினைவுகள்' என்னும் சுயசரிதையில் இறந்து கிடக்கும் பொழுது வர்கீசினுடைய கையிலிருந்த துப்பாக்கி யாருடையது என்னும் குறிப்பு உள்ளது.

அந்தக் குறிப்பு இதுதான்: 'ஆற்றல் மிகுந்தவரும் மனித நேயமுள்ளவருமான தோழர் வர்கீஸ் காவல் துறையினரின் கடுமையான சித்ரவதைக்கு ஆளாகி கொலை செய்யப்பட்டதாக அன்றும் இன்றும் நாட்டு மக்கள் நம்பிக் கொண்டு இருக்கிறார்கள் (ராமச்சந்திரன் நாயர் வெளிப்படுத்துவதற்கு முன்பு இது பிரசுரிக்கப்பட்டது). தோழர் வர்கீஸ் காவல் துறையினருடன் ஏற்பட்ட மோதலில் கொலை செய்யப்பட்டார். என்னும் செய்தி துப்பாக்கியைக் கையில் பிடித்துக் கொண்டிருப்பது போன்ற படத்துடன் பத்திரிக்கையில் வெளியிடப் பட்டிருந்தது. வர்கீசின் கையில் இருந்த துப்பாக்கியை காவல்துறை யினரிடம் கொடுத்தது மானந்தவாடி ஒண்டயங்காடியைச் சேர்ந்த ஒரு கிறித்துவ மதத்தைச் சேர்ந்த பெரியவர் என்பது எனக்குத் தெரியும். அது இரண்டாவது பாகத்தில் விளக்கப்பட்டுள்ளது.

வர்கீசை சுட்டது தான் தான் என்று காவலாராயிருந்த ராமச்சந்திரன் நாயர் வெளிப்படுத்தியதைத் தொடர்ந்து விவாதம் சூடு பிடித்திருந்த ஒரு நாள் வி.ஏ மத்தாயியை கல்பட்டயிலுள்ள அவர் வீட்டில் போய்ப் பார்த்தேன். அந்தத் துப்பாக்கிக்கு உரிமையாளரான அந்த கிறித்துவ மதத்தைச் சேர்ந்த பெரிய மனிதர் யாரென்று விசாரித்தேன்.

அது யார் என்பதைத் தெரியப்படுத்த அவர் தயாராயில்லை. சுயசரிதையின் இரண்டாவது பாகம் வெளி வருவது வரை காத்திருக்கும் படி அவர் சொன்னார். சுயசரிதையினுடைய இரண்டாம் பாகம் வெளிவந்த பொழுதும் துப்பாக்கியின் உரிமையாளர் யார் என்பதை மத்தாயி வெளிப்படுத்தவில்லை. திரும்பவும் மத்தாயியைப் பார்த்தேன். சுய சரிதையின் இரண்டாம் பாகத்தில் துப்பாக்கியின் உரிமையாளர் யார் என்பதை தெளிவு படுத்துவதாக சொன்ன வார்த்தையைக் காப்பாற்ற முடியாமல் போனதை சுட்டிக் காட்டினேன்.

அந்தத் துப்பாக்கியினுடைய உரிமையாளரான பெரிய மனிதர் யார் என்பதை மத்தாயி சொன்னார். துப்பாக்கியின் கதையை துணை ஆய்வாளராயிருந்த முகம்மது தான் சொன்னார் என்றும் அவர் தெளிவு படுத்தினார். மானந்தவாடி ஒண்டயங்காடிக்குப் போய் துப்பாக்கியின் உரிமையாளர் என்று மத்தாயி வழக்குரைஞர் சொன்ன பெரிய மனிதரைப் பார்த்தேன். அவருக்கு எண்பத்தி ஐந்து வயது இருக்கும். ஓய்வில் இருந்தார். அவரிடம் துப்பாக்கியின் கதையை பற்றி பேச்சுக் கொடுத்தேன். வழக்குரைஞர் மத்தாயி சுயசரிதையில் எழுதி இருந்ததைப் பற்றியும் அவரிடம் சொன்னேன். அவர் அதை மறுத்து விட்டார். "1970 களில் நான் பொது சேவையில் ஈடுபட்டு கொண்டிருந்தேன். அதன் தொடர்பாய் பல காரியங்களுக்காக காவல் நிலையத்துடன் தொடர்பு வைத்துக் கொண்டிருந்தேன். பெரும்பாலும் சாதாரண மக்களின் பிரச்சனைகளுக்காகத்தான் நான் அங்கு போய் வந்து கொண்டிருந்தேன். அதன் மூலம் துணை ஆய்வாளருடன் நல்ல நட்பு ஏற்பட்டது. ஆனால் இதன் மூலம் அவர் என்னிடம் எந்த துப்பாக்கியையும் வாங்கிக் கொண்டு போயிருக்கவில்லை. மத்தாயி எதற்காக என் பெயரைச் சொன்னார் என்றும் எனக்குத் தெரியவில்லை" அவர் சொல்லி நிறுத்தினார். துப்பாக்கியின் உரிமையாளரைத் தேடிச் சென்ற வழியில் ஒரு கதவு அடைத்துக் கொண்டது. அதே சமயம் சில புதிய வாயில்கள் திறந்து கொண்டன.

துப்பாக்கி கேசவன் முஸ்ஸாதுவினுடையது

காவலர் ராமச்சந்திரன் நாயர், வர்கீசை சுட்டுக் கொன்றது தான் தான் என்று வெளிப்படுத்திய வாசுவிற்கு எழுதிய குறிப்பில் துப்பாக்கியைப் பற்றி இப்படிச் சொல்கிறார்: இதற்கிடையில் சர்க்கிள் இன்ஸ்பெக்டர் நம்பியாரும் முகம்மதுவும் போய் ஒரு துப்பாக்கியைக் கொண்டு வந்தார்கள். அது ஒரு நாட்டுத் துப்பாக்கி. அது கேசவன் முஸ்ஸாதுவினுடையது என்பது பின்னர் தான் எனக்குப் புரிந்தது. கள்ளத் துப்பாக்கி என்பதால் அது உரிமம் இல்லாததாயிருந்தது. இதற்கு சாட்சி சொல்ல வேண்டிய கேசவன் முஸ்ஸாது எங்கே?

துப்பாக்கி நிலச்சுவான்தாருடையது.

வர்கீசையும் தோழர்களையும் வேட்டையாடுவதற்காக நியமிக்கப் பட்ட எம்.எஸ்.பி சிறப்புக் குழுவில் உறுப்பினராயிருந்த எம்.சி.மாத்யூ நாடன் துப்பாக்கியைப் பற்றி இவ்வாறு குறிப்பிடுகிறார்:

"காவலர்களுடன் ஏற்பட்ட மோதலில் தான் வர்கீஸ் கொல்லப் பட்டது என்று மற்றவர்களுக்குப் புரிய வைப்பதற்கு அதிகாரிகள் 18 பேர் மறுநாள் காலையிலிருந்து கூடிப் பேசத் தொடங்கியிருந்தார்கள். முகாமில் வர்கீசை விசாரணை செய்து கொண்டிருக்கும் பொழுது உள்ளூர் காவலரை வைத்து அவ்வூரில் நிலச்சுவான்தாரினுடைய வீட்டிலிருந்து துப்பாக்கியின் ஒரு பகுதியை மட்டுமே கொண்டு வந்தனர். துப்பாக்கியின் பட்டன் மட்டுமே இருந்தது. குழல்கள் முதலிலேயே உடைந்திருந்தன. வர்கீசினுடைய உடல் வலது பக்கம் சரிந்து கிடந்தது. அந்த உடலின் வலது கையில் துப்பாக்கியின் பட்டனை துணை ஆய்வாளர் சொருகி வைத்திருந்தார்."

இந்த நிலச்சுவான்தார் யார்? ஒண்டயங்காடியின் பெரிய மனிதரா? கேசவன் முஸ்ஸா தானா? இல்லையென்றால் நாட்டுத் துப்பாக்கியினுடைய உரிமையாளர் வேறு யார்?

வருங்காலத்தில் திருநெல்லிக்காட்டுக்கு செல்பவர்களுக்கு நக்சல் வர்கீசினுடைய கதை சொல்லப் படக் கூடும். அப்பொழுதும் இந்த நாட்டுத் துப்பாக்கியினுடைய கதை விடுபட்டுப் போயிருக்கும்.

3. புரட்சி முழக்கம் முடிந்து விட்டது இனி வேத வாக்கியம்

"கர்த்தருடைய ஆவியானவர் என் மேலிருக்கிறார்; தரித்திரருக்குச் சுவிசேஷத்தை பிரசங்கிக்கும்படி என்னை அபிஷேகம் பண்ணினார்; இருதயம் நொறுங்குண்டவர்களைக் குணமாக்கவும், சிறைபட்டவர் களுக்கு விடுதலையையும் குருடருக்குப் பார்வையையும் பிரசித்தப் படுத்தவும், நொறுங்குண்டவர்களை விடுதலையாக்கவும்." (லூக்கா 4:18)

மானந்தவாடி அரசினர் உயர்நிலைப் பள்ளி தாழ்வாரத்தில் நக்சல் வர்கீசுடன் முழக்கத்தை முன்வைத்து நடந்த ஒரு இளைஞன் இருந்தார். சிநேகம் தான் மிகவும் வலிமை வாய்ந்த ஆயுதப் போராட்டம் என்பதைப் புரிந்து கொண்டதனால் அந்த இளைஞர் வேத பாடம் படிக்கத் திரும்ப சென்று விட்டார். பாதிரியார் மார்செலினாக....

'சிறையில் அடைக்கப்பட்டவர்களுக்கு விடுதலையும் அடிமை படுத்தப்பட்டவர்களுக்கு சுதந்திரமும்' என கனவு கண்டு பாதிரியார் மார்செலின் அல்த்தாரைக்கு வரும் பொழுது வசந்தத்தின் இடி முழக்கத்தைக் கேட்டபடி வயநாட்டின் குன்றில் ஏறிய வர்கீஸ் தொடர்ந்து பயணித்துக்கொண்டிருந்தார்.

வர்கீஸ் சமூகப் பணியில் காலெடுத்து வைக்கும் பொழுது அவருடன் படித்தவருமான பாதிரியார் மார்செலினும் இருந்தார். மானந்தவாடி உயர் நிலைப் பள்ளியில் கம்யூனிஸ்ட் கட்சியினுடைய மாணவர் அமைப்பான 'ஸ்டுடன்ட்ஸ் ஃபெடரேஷன்'னுடைய கிளையை உருவாக்கியது, இந்த இருவரும் சேர்ந்து தான். இப்பொழுது மலப்புரம் குன்னுமல் செயின்ட் ஜோஷப்பின் தேவாலயத்தின் பங்குத் தந்தை மார்செலின். இவருடைய சொந்த ஊர் மானந்தவாடியிலுள்ள அம்புகுத்தியாகும்.

வர்கீஸ் ஒரு முன் மாதிரியான மாணவராயிருந்தார் என்று பாதிரியார் மார்செலின் நினைவு படுத்துகிறார். 1955 - 58ஆம் ஆண்டுகளில் வர்கீசும் நானும் மானந்தவாடி அரசினர் உயர்நிலைப் பள்ளியில் ஒன்றாகப் படித்தோம். ஒன்பது மற்றும் பத்தாம் வகுப்புகளில். வர்கீஸ் பி' பிரிவிலும் நான் 'ஏ' பிரிவிலும் படித்தோம்.

இ.எம்.எஸ் ஸினுடைய தலைமையில் கம்யூனிஸ்ட் கட்சி ஆட்சிக்கு வந்த காலம். அந்த உணர்ச்சிப் பெருக்கில் தான் வர்கீசும், நானும், ஜோசப்பும் சேர்ந்து பள்ளிக் கூடத்தில் மாணவர் அமைப்பினுடைய பிரிவை உருவாக்கினோம். கம்யூனிஸ்ட் கட்சியின் ஆதரவுடன் தான் அது உருவாக்கப்பட்டது. வர்கிஸ் தான் அதன் செயலாளராயிருந்தார்.

வர்கீஸ் நல்ல திறமைசாலியாக இருந்தார். நல்ல பேச்சாளர் என்று சொல்லமுடியாது. 'ஒரணா போராட்டத்திற்கு' எதிராக வர்கீசினுடைய தலைமையில் பள்ளிக்கூடத்தில் ஆர்ப்பாட்டம் நடத்தப்பட்டது. அதைத் தொடர்ந்து அடிக்கடி சங்கக் கூட்டங்கள் நடத்தப்பட்டன.

போராட்டம் தீவிரமடைந்திருந்த காலம் மானந்தவாடி பள்ளிக் கூடத்தை அடைக்கும் படி போராட்டம் நடத்தப்பட்டது. பள்ளிக் கூடத்திற்குள் யாரும் போகக் கூடாது என்பதற்காக போராட்டக் காரர்கள் பள்ளிவாயிலை சூழ்ந்து நின்று கொண்டிருந்தனர். ஆனால் நானும், வர்கீசும் வேறு சில மாணவர்களும் போராட்டக்காரர்களைத் தாண்டி பள்ளிக் கூடத்திற்குள் நுழைய முயன்றோம். அதைத் தொடர்ந்து போராட்டக்காரர்களுக்கும் மாணவர்களுக்கும் இடையில் வாய்ச்சண்டை ஏற்பட்டது. அங்கு வந்த காவல் துறையினர் எங்களையும் போராட்டம் நடத்திக் கொண்டிருந்தவர்களில் சிலரையும். காவல் நிலையத்திற்கு அழைத்துச் சென்றனர். சிறிது நேரம் அங்கு எங்களை வைத்திருந்து விட்டு அனுப்பி விட்டனர்.

வர்கீசினுடைய பாட புத்தகங்களை புது புத்தகங்களைப் போலவே பராமரித்து வைத்திருப்பார் என்று பாதிரியார் மார்செலின் நினைவு கூர்ந்தார். ஒரு ஆண்டு முடிந்த பிறகும் அவை புதியன போலேவேயிருக்கும். அந்தளவு கவனத்துடன் புத்தகங்களைக் கையாள்வார். தான் படித்து முடித்த பின் அடுத்த ஆண்டு வேறொரு மாணவனுக்கு அவை பயன்படக் கூடும் என்பது தான் அதற்கு காரணம். ஏழை மாணவர்களுக்கு அவர் அந்த புத்தகங்களைக் கொடுத்து உதவுவார்.

அந்தக் காலத்தில் படிப்பதற்கு நிறைய பணம் செலவிட வேண்டி வந்தது. ஏழைக் குடும்பத்தைச் சேர்ந்த குழந்தைகளால் அந்த பணத்தைக் கட்ட முடியாத சூழ்நிலை. பள்ளிக் கூடத்திற்குப் பணம் கட்டமுடியாமல் பல மாணவர்களினுடைய தொகையை நன்கொடை வாங்கி வர்கீஸ் கட்டுவார். பள்ளிக் கூடத்தில் இருந்த அனைவரும் வர்கீஸ் மீது பெரும் மதிப்பு வைத்திருந்தனர். அவர்கள் வர்கீசை ஓர் சிறந்த இளைஞனாகப் பார்த்தனர்.

பள்ளிப்படிப்பு முடிந்தவுடன் வர்கீஸ் கட்சியில் தீவிர செயல் பாட்டாளரானார். நான் ஆதரவாளராய் ஒதுங்கிக் கொண்டேன். அவ்வப்போது வர்கீசை சந்தித்துக் கொண்டிருந்தேன்.

"1965 ஆம் ஆண்டு நான் வேதம் படிக்க மங்களூரில் உள்ள செயின்ட் ஜோஷப்ஸ் பாடசாலைக்குப் போனேன். அங்கு வைத்துத் தான் வர்கீஸ் மரணமடைந்து விட்ட செய்தியைக் கேள்விப்பட்டேன்.

ஏழைகளின் மீதிருந்த அளவற்ற இரக்கம் வர்கீசை நக்சலைட்டாக மாற்றியதென்று பாதிரியார் மார்செலின் சொல்கிறார். வடக்கு வயநாட்டிலுள்ள ஆதிவாசிகள் உறிஞ்சப்பட்டுக் கொண்டிருந்த காலம் அது அடிகா - கௌடர் பிரிவுகளைச் சேர்ந்த முதலாளிகள் ஆதிவாசிகளிடம் மிகவும் கடுமையாக நடந்துக் கொண்டார்கள். கூலிக்கு பதிலாக பங்கு பிரித்துக் கொள்ளும் முறை இருந்தது. இது வர்கீசை மிகவும் வேதனைப்படுத்தியது. இந்தக் காரியத்தில் கம்யூனிஸ்ட் காரர்களின் அணுகுமுறை தீவிரமாக இருந்திருக்கவில்லை என்பதால் அவர் நக்சலைட், ஆக நேர்ந்ததாக அவர் கூறுகிறார்.

கம்யூனிஸ்ட் மாணவர் அமைப்பில் செயல்பட்ட நான் பிறகு உலகத்திலேயே மிகப் பெரிய புரட்சிக்காரனாய் யேசுகிறிஸ்துவைப் பார்த்தேன் என்று பாதிரியார் சொல்கிறார். யேசுவினுடைய வாழ்க்கையே புரட்சிதான், சிநேகத்தால் மனதை கீழ்ப் படுத்துவது தான் அந்தப் புரட்சி.

சமூக நீதி தான் வர்கீசினுடையவும் லட்சியமாயிருந்தது. வர்கீஸ் அவசரப்பட்டு விட்டார், என்பது பாதிரியார் மார்செலினுடைய எண்ணம். அவர் அன்றைக்குப் போலவே இன்றும் வர்கீஸ் மீது மரியாதை வைத்துள்ளார். மானந்தவாடி அரசு மேல்நிலைப் பள்ளி வராந்தாவில் கைகோர்த்து வர்கீசோடு சேர்ந்து எழுப்பிய 'பயங்கர முழக்கங்கள்' பாதிரியார் மார்செலினுடைய காதில் இப்பொழுதும் முழங்கிக் கொண்டுள்ளன.

4. ராமன் நாயருக்கு,
ராஜனுக்குத் தரவேண்டிய தண்டனையா?

மின்சாரத் தாக்குதலுக்கு ஆளானவர்களைப் போல கண்கள் விரியக் கேட்டுக் கொண்டிருந்த எங்களிடம் தோழர் வர்கீஸ் சொன்னார். "தோழர்களே தைரியத்தைக் கையில் எடுங்கள். தோழரை (கிசான் தொம்மன்) இந்நிலையில் மருத்துவமனைக்கு கொண்டு சென்றால் வழியிலேயே இவர் இறந்து போகக் கூடிய சாத்தியமுள்ளது. அதை விட நீண்ட நேரம் வலியில் துடித்துக் கொண்டிருக்க விடாமல் தோழர் விரைவில் மரணத்தை தழுவுவதற்கு உதவி செய்வது தான் நல்லது என்று எனக்குத் தோன்றுகிறது. ஆனால் அதற்கு யார் முன் வருவார்கள்? நம்முடைய தோழரை நாமே சுட்டுக் கொல்வதா? எங்கள் ஒவ்வொருவருக்கும் அதை நினைத்துப் பார்க்கக் கூட இயலாத தாயிருந்தது. மிகுந்த தைரியசாலியான ஒரு விவசாயத் தோழரான சசிமலை ராமன் நாயர் அதற்கு தயாராய் முன்வந்தார். துடிக்கும் மனதுடன் அந்தத் தோழரும், வர்கீசும் சேர்ந்து கிசான் தொம்மன் கிடக்கும் இடத்திற்குப் போனார்கள். நாங்கள் எல்லோரும் அமைதியாக நின்று கொண்டிருந்தோம். சிறிது நேரத்தில் ஒரு வெடி சத்தம் கேட்டது. எல்லாம் முடிந்து விட்டது தோழர்களில் யாரோ இதய வேதனையுடன் சொன்னார் (அஜிதாவினுடைய நினைவுக் குறிப்புகளிலிருந்து).

இந்த தைரியசாலியான தோழர் சசிமலை ராமன் நாயர் இப்பொழுது எங்கே இருக்கிறார்? ராமன் நாயர் வருவார் என்னும் எதிர்பார்ப்புடன் தொடர்ந்து காத்துக் கொண்டுள்ள ஒரு குடும்பம் வயநாட்டிலுள்ள வாழவெட்டயில் உள்ளது. சகோதரன் வீட்டில் சுப்ரமணியன், சகோதரிகளான அம்மணியும், தங்கம்மாவும் காத்துக் கொண்டிருக்கிறார்கள். மகன் வருவானென்று வற்றாத கண்ணீருடன் காத்திருந்த அம்மா ஓர் ஆண்டிற்கு முன் மரணமடைந்து விட்டார்.

புல்ப்பள்ளி நக்சல் ஆக்கிரமிப்பு வழக்கிலும் கிசான் தொம்மன் கொலை வழக்கிலும் பிரதியாக இருந்த ராமன் நாயர் காணாமல் போய் கால் நூற்றாண்டாகிவிட்டது. ராமன் நாயருக்கு உயர்நீதி மன்றம் தண்டனை வழங்கியுள்ளது என்னும் செய்தி வந்ததிலிருந்து அவரை யாருமே பார்த்திருக்கவில்லை. 26 ஆண்டுகளுக்கு முன்பு ஒரு நாள் வீட்டிலிருந்து பாலை கொடுப்பதற்காக சென்ற ராமன் நாயர் அதற்குப் பிறகு வீட்டிற்கு திரும்பி வரவில்லை.

பாசம் நிறைந்த ஒரு சகோதரன் இப்பொழுதும் மனயத்து சுப்ரமணியனின் மனதில் நிறைந்து நிற்கிறார். அண்ணன் காணாமல் போனதும் அதைத் தொடர்ந்து ஏற்பட்ட காவலர்களின் தாக்குதலையும் பற்றி விவரிக்கும் பொழுது சுப்ரமணியனின் கண்கள் நிறைந்தன. வார்த்தைகள் வெளிவரவில்லை. தனக்கு சொத்து எதுவும் இல்லாததனால் தான் அண்ணன் வரவில்லை, என்றால் தன்னுடைய சொத்து முழுவதையும் கொடுத்து விடத் தயாராய் இருப்பதாக ஒன்றரை ஏக்கர் தோட்டத்தை மட்டுமே வைத்துள்ள சுப்ரமணியன் சொல்கிறார்.

அண்ணனை பார்த்ததாக சிலர் சொன்னதைக் கேட்டு இடுக்கி மாகாணத்தில் கட்டப்பன, கொல்லூர் மூகாம்பிகை கோயில் ஆகிய இடங்களுக்குப் போய்த் தேடிப் பார்த்துள்ளார். நோயில் பாதிக்கப்பட்டு படுக்கையில் விழுந்த அம்மா, மகனை பார்க்க வேண்டுமென்று பிடிவாதம் பிடித்து அழுதார். இதைத் தொடர்ந்து ஓராண்டு முன்பு மூன்று மாதங்கள் மைசூரில் தங்கி அண்ணனைத் தேடிப் பார்த்தார். அவருடைய அண்ணன் மைசூரில் இருப்பதாகச் சிலர் சொன்னதை தொடர்ந்து தான் அவர் மைசூருக்குச் சென்றது. அம்மா மரணமடைவதற்கு முதல் நாள் வரை அண்ணனைப் பற்றி விசாரித்துக் கொண்டிருந்தார்.

அண்ணன் மிகுந்த பாசம் கொண்டவராயிருந்தார். வீட்டிலும் நாட்டிலும் எல்லோருக்கும் வேண்டியவர். சமூக செயல்பாட்டாளரா யிருந்தார். காங்கிரஸ்காரர். படிப்பிலும் சாமார்த்தியசாலி கல்பட்ட எஸ்.கே.எம்.ஜே. உயர் நிலைப் பள்ளியில் பத்தாம் வகுப்பில் தேர்வு பெற்றார். புல்ப்பள்ளியில் வைத்துத் தான் நக்சல் அமைப்பில் உறுப்பினர் ஆனார். வாழவட்டயில் இருந்த ஒன்றரை ஏக்கர் வயலை விற்று புல்ப்பள்ளியில் 13 ஏக்கர் பூமியை வாங்கினார். அங்கு நெல் பயிரிட்டுக் கொண்டிருந்த பொழுது நக்சல் தலைவர் வர்கீசுடன் நட்பு ஏற்பட்டது. இந்த நட்பு அண்ணனை முக்கிய தீவிர செயல் பாட்டாளராக்கியது" என்று சுப்ரமணியன் நினைவு கூர்ந்தார்.

"அண்ணனை காவலர்கள் பிடித்து கல்பட்ட நீதி மன்றத்தில் நிறுத்திய பொழுது நானும் மூத்த அண்ணனான மனயத்து கோபால கிருஷ்ணனும் பார்ப்பதற்கு போயிருந்தோம். அண்ணனுடைய நிலையைப் பார்த்த பொழுது எங்களுடைய குலை நடுங்கி விட்டது. தாடி மயிர்களையெல்லாம் காவலர்கள் பிடுங்கிவிட்டிருந்தார்கள்.

உடல் முழுவதும் தாக்கப்பட்ட காயத் தழும்புகள், சுப்ரமணியனின் குரல் அடைத்துக் கொண்டது... அன்று நீதி மன்ற முற்றத்தில்

வைத்து தபால் உறை, பீடி ஆகியன கை மாறின. கோழிக் கோடு சிறைச்சாலைக்கும் அவரைப் பார்க்கப் போய் இருந்தேன். கோழிக்கோடு மாகாணத்தில் மூன்று மாதத்திற்கொருமுறை கூடும் நீதிமன்றம் அண்ணனை விடுதலை செய்தது. ஊருக்கு வந்து விவசாயத் தொழிலில் மூழ்கினார். இப்படி மூன்று ஆண்டுகள் ஊரில் இருந்தார். இதற்கிடையில் வீட்டிலும் நண்பர்களிடத்திலும் இருந்த தன் புகைப்படங்களை தேடிப் பிடித்து அழித்தார். கிசான் தொம்மனின் கொலை வழக்கில் உயர்நீதி மன்றம் தண்டனை வழங்கிய பின் அண்ணன் காணாமல் போய் விட்டார். ஒரு நாள் வீட்டில் பசுக்களைக் கறந்து பாலை எடுத்துக் கொண்டு பால் சொசைட்டியில் கொடுப்பதற்குப் போன பொழுது தான் அண்ணனுக்கு தண்டனை வழங்கப்பட்டது. செய்தி பத்திரிக்கைகள் மூலம் அறிந்து கொண்டதும் பால் பாத்திரத்தை சாலையின் ஓரத்தில் வைத்து விட்டு எங்கோ போய் விட்டார்."

அண்ணன் காணாமல் போனதற்குப் பிறகு குடும்பத்தினருக்கு காவலர்கள் கொடுத்த தொந்தரவுகளை சிரமப்பட்டு தாங்கிக் கொள்ள வேண்டி வந்தது என்று சுப்ரமணியன் சொல்கிறார். காவல் துறையின் மேலதிகாரிகள் தொடர்ந்து வீட்டிற்கு வந்து கொண்டிருந்தார்கள். காவல் துறையினரின் வண்டியில் வந்து சோதனை நடத்தி உணவுப் பொருள் பங்கீடு அட்டையிலிருந்து அனைத்து ஆதாரங்களையும் எடுத்துச் சென்று விட்டனர்.

"அவன் எங்கள் கையில் கிடைத்தால் அவனைக் கொன்று விடுவோம் என்று பயப்படுத்தினார்கள். என்னையும், என் மூத்த சகோதரன் மனயத்து கோபால கிருஷ்ணனையும் பலமுறை காவல் நிலையத்திற்கு வரச் சொன்னார்கள். காவலர்கள் வரும் போதெல்லாம் எங்கள் வயலில் விளைந்த பொருட்களை எடுத்துப் போவார்கள். தோட்டத்திலிருந்த மரங்களை விற்று பல சமயங்களில் காவலர் களுக்குக் கைக் கூலி கொடுக்க வேண்டி வந்தது.

கோழிக்கோட்டுக்கு போய் காங்கிரஸ் கட்சியின் தலைவியான குட்டிமாளு அம்மாவைப் பார்த்ததற்குப் பிறகு தான் காவலர்களின் தொந்தரவு நின்றது. அண்ணனுடைய புல்ப்பள்ளியிலிருந்த 13 ஏக்கர் பூமியை அண்ணனுடன் சேர்ந்து செயல்பட்டு கொண்டிருந்தவனும் பிறகு ஒற்றுனுமாக மாறிய ஒருவன் பொறுப்பில் வைத்து அனுபவித்துக் கொண்டிருக்கிறான். இந்த பூமியைப் பற்றி ஒரு முறை அண்ணனிடம் சொன்ன பொழுது யாரையும் தொந்தரவு செய்யாதே அவர்கள் வைத்துக் கொள்ளட்டும் என்று சொல்லி விட்டார். அண்ணன் உயிருடன் இருக்கிறார் என்றால் அம்மா மரணமடைந்து விட்ட

செய்தியை அறிந்து வருவார் என்னும் நம்பிக்கையில் இப்பொழுது சுப்ரமணியன் இருந்து வருகிறார். அண்ணனைத் தேடி புட்டபர்த்திக்கு போகப் போகிறார். ராமன் நாயருடைய அப்பா வாசுதேவன் நாயர் மகன் காணாமல் போவதற்கு முன்னரே மரணமடைந்து விட்டிருந்தார்.

நக்சல் வேட்டையில் காவல்துறையின் கடுமையான சித்ரவதைக்கு ஆளான ராமன் நாயர் அனுபவித்த சித்ரவதையைக் குறித்து அஜிதா, தன் நினைவுக் குறிப்பில் இவ்வாறு எழுதி வைத்துள்ளார். பேராவூரிலிருந்து மானந்தவாடிக்குக் கொண்டு செல்வதற்காக காவலர்கள் எங்களை ஒரு லாரியில் ஏற்றிக் கொண்டு போனார்கள்.

போகின்ற வழியில் வைத்து துப்பாக்கியின் கட்டையால் அடியும் உதையும் கொடுத்தற்கும் மேலாக தோழர் ராமன் நாயருடைய நீண்ட தாடியிலிருந்த மயிர்கள் ஒவ்வொன்றையும் பிடுங்கி எடுக்கும்படி ஒவ்வொரு தோழரிடமும் சொன்னார்கள். யாராவது பரிதாபப்பட்டு சிறிது தயக்கம் காட்டினாலும் அடி விழுவதைப் பார்க்க முடிந்தது."

கடுமையான சித்ரவதைகளுக்குத் தளராத ராமன் நாயர் யாருக்காகவாவது பயந்து ஒளிந்து கொண்டிருப்பார் என்று யாரால் நினைக்க முடியும்? இருந்தாலும் இவ்வளவு காலமாகியும் ஏன் வெளியில் வரவில்லை? அல்லது காவலர்களின் கையில் அகப்பட்டு அவர் மற்றொரு வர்கீசோ, ராஜனோ ஆகிவிட்டாரா?

5. 1921ஆம் ஆண்டின் சரித்திரத்தில் ஒரு திருத்தம்

சில சமயங்களில் சரித்திரம் அப்படித்தான். ஒன்று அது தானே திருத்திக் கொள்ளும். இல்லையென்றால் வேறு யாராவது அதைத் திருத்துவார்கள். இந்திய சுதந்திரப் போராட்டத்தினுடைய ஒளிரும் அத்தியாயமான மலபார் கலகத்தினுடைய சரித்திர நிகழ்வுகளில் சில அடித்தல்களும் திருத்தல்களும் ஒருவேளை தேவைப் பட்டிருக்கலாம்.

மலபார் கலகத்தினுடைய ஆதார சத்தியாயிருந்தவர் ஆலி முஸ்லியார். பிரிட்டிஷ்காரர்களை நடுங்க வைத்த படைத்தலைவன். கலகத்தினுடைய இரத்தம் தோய்ந்த எழுத்துக்களில் இந்தப் போராளியின் வீரத்தை வாசித்தறிய முடியும். இந்த நாயகனிடம் சரித்திரம் அநீதி காட்டியுள்ளது.

ஆலி முஸ்லியாரை பிரிட்டிஷ்காரர்கள் கோயமுத்தூர் சிறைச் சாலையில் வைத்துத் தூக்கிலிட்டு கொன்று விட்டதாக புகழ் பெற்ற சில சரித்திர ஆசிரியர்கள் குறிப்பிட்டுள்ளார்கள். அதே சமயம் அவருடைய மரணம் இயற்கையாக ஏற்பட்டது என்று அவருடைய பேரனும் சரித்திர பண்டிதனுமான ஏ.பி முகம்மது அலி முஸ்லியார் வாதிடுகிறார். ஆலி முஸ்லியார் உயிருடன் பிரிட்டிஷ்காரர்களின் கொலைக் கயிறில் தொங்கியிருக்கவில்லை என்ற ஏ.பி முகம்மதலி முஸ்லியாருடைய கூற்று உண்மையானதென்றால் போராட்டம் வெடிக்கும்.

ஆலிமுஸ்லியார்

மலபார் கலகத்தில் பெரும் பங்கு வகித்த ஆலிமுஸ்லியார் அமைதியானவரும் பக்குவ குணமுள்ள தலைவராகவுமிருந்தார். பிரிட்டிஷார் மீதுள்ள கோபம் இரத்தத்தில் கலந்திருந்த ஒரு குடும்பத்தில் தான் அவர் பிறந்தது. நெல்லிக்குத்து குஞ்ஞி மொய்தீனுடையவும் பொன்னானி முக்தூம் குடும்பத்தைச் சேர்ந்த ஆமினா அம்மாவினுடையவும் மகன். இளம் வயதில் நிறையத் தெரிந்து கொள்ள வேண்டும் என்னும் ஆர்வம் கொண்டிருந்தார். சின்னமக்கா என்று அழைக்கப்பட்ட பொன்னானியில் பள்ளிப் படிப்பை முடித்தார். அதைத் தொடர்ந்து ஏழு ஆண்டுகள் புனித மக்காவிலுள்ள ஹரம்மில் படித்தார். இந்த சிறந்த பண்டிதனுடைய புகழ் ஊரெல்லாம் பரவி இருந்தது. 1907 ஆம் ஆண்டில் திரூரங்காடி கிழக்கு மசூதியின்

தலைவராய் ஆலிமுஸ்லியார் பொறுப்பேற்றுக் கொண்டார். 1920ஆம் ஆண்டு திரூரங்காடியில் கிலாபத் - தேசிய அமைப்புகள் சூடு பிடித்தன. ஆலிமுஸ்லியார் கிலாபத் திரூரங்காடி செயற்குழுவின் துணைத் தலைவராய் தேர்ந்தெடுக்கப்பட்டார். தலைவர்களினிடையே உன்னதத் தலைவரானார். அடக்கு முறைக்கு எதிரான கனலை அவர் பற்ற வைத்தார்.

1921 ஆகஸ்ட் 19ஆல் ஆட்சியாளர் தாமசினுடைய தலைமையில் பிரிட்டிஷ் பட்டாளம் திரூரங்காடிக்கு வந்தது. ஆலிமுஸ்லியாரைப் பிடிப்பதற்காக திரூரங்காடி மசூதிக்குள் பிரிட்டிஷ் பட்டாளம் நுழைந்தது. அவர், அவர்களுக்குக் கிடைக்கவில்லை. கிலாபத் செயல் வீரர்கள் மூவரைக் கைது செய்தனர். பிறகு வெள்ளைப் பட்டாளம் தாண்டவமாடியது. கிலாபத் செயல் வீரர்களை விடுவிக்கும் படி ஆலிமுஸ்லியாருடைய தலைமையில் ஒரு சிலர் காவல் நிலையத்திற்குப் புறப்பட்டனர். ஏ.எஸ்.பி. ரௌளியினுடைய தலைமையில் பட்டாளம் அவர்களைத் தடுத்தது. ஆலி முஸ்லியாரும் மற்றவர்களும் அமைதி யாகத் தரையில் அமர்ந்தனர். திடீரென அக்கூட்டத்தின் மீது துப்பாக்கி சூடு நடத்தப்பட்டது. பாய்ந்து வரும் குண்டுகளைப் பொருட் படுத்தாமல் அவர்கள் பாய்ந்து பட்டாளக்காரர்களை ஆக்ரமித்தனர். ஆலிமுஸ்லியாருடன் வந்தவர்களில் 17 பேர் இரத்த சாட்சிகளானார்கள். பிரிட்டிஷ் படையில் 6 பேரும் கொல்லப்பட்டனர். இந்த நிகழ்ச்சி அகிம்சையில் நம்பிக்கை வைத்திருந்தவர்களைக் கூட கோபப் பட வைத்தது. ஊரே கொந்தளித்தது. பொறுமையை ஆயுதமாய்க் கொண்டிருந்த மக்கள் ஆயுதத் தாக்குதலுக்கு எதிராக வாளும் கத்தியும் எடுக்க வேண்டி வந்தது. இரத்தத்திற்கு இரத்தம். பழி வாங்கல் தொடர்ந்தது. ஆயுத பலத்தை விட ஆள் பலம் தான் மாப்பிள மாருடைய பலமாயிருந்தது. சோற்றுப் பட்டாளத்துடன் வீரமாய் போராடினார்கள். சுதந்திர தாகம் மாப்பிளமார்களை பெரும் போராளிகளாக மாற்றியது. ஆலி முஸ்லியாரின் அதிகாரம்... அவர் திரூரங்காடியின் கலீபாவாகத் தேர்ந்தெடுக்கப்பட்டார். இந்துக்களுக்கு மாப்பிளமார்கள் மெய்காப்பாளர்கள் ஆனார்கள். இந்துக்களின் வீடுகளுக்கு காவலிருந்தார்கள். ஒரு நல்ல ஆட்சிக்கு தேவையான அனைத்து குணங்களும் ஒருங்கிணைந்த ஆட்சி. அவை வெள்ளையர்களை நடுங்க வைத்த நாட்களாயிருந்தன.

ஆகஸ்ட் மாதம் 30ஆம் நாள் வெள்ளைப்பட்டாளம் திரூரங்காடிக்குள் நுழைந்தது. மசூதியை வளைத்துக் கொண்டார்கள். ஆலி முஸ்லியாரும் 114 பேரும் மசூதிக்குள் இருந்தார்கள். அன்று இரவு பட்டாளம் மசூதியை

நோக்கி சுட்டது. மசூதிக்குள் இருந்தும் பட்டாளத்தை நோக்கி வெடிகுண்டுகள் பாய்ந்தன. ஒரு மணி நேரம் வெடிகுண்டுகள் முழங்கின. இதற்கிடையில் ஆலிமுஸ்லியாருடைய தொண்டர்கள் பலரும் மசூதியின் வடக்குப் பகுதியிலுள்ள வனத்திற்குள் நுழைந்து தப்பிச் சென்று விட்டனர். அடுத்த நாள் மசூதிக்குள்ளிருந்து வெள்ளைக் கொடி காட்டப்பட்டது. வெடிச்சத்தம் ஓய்ந்தது. மசூதியின் தெற்குப் பகுதியிலிருந்து கதவைத் திறந்து கொண்டு வெளியில் வந்த ஆலிமுஸ்லியாரும் 37 தொண்டர்களும் கைது செய்யப் பட்டனர்.

இராணுவ நீதிமன்றம் 1921 நவம்பர் இரண்டாம் நாள் கோழி கோட்டில் கூடி ஆலி முஸ்லியாரையும் அவருடைய ஆதரவாளர் களையும் விசாரணை செய்தது. இராணுவ நீதி மன்ற கூண்டில் ஆலி முஸ்லியார் கொஞ்சம் கூட பயமில்லாமல் நின்றார். அவருக்காக வழக்குரைஞர் ஏ.வி.பாலகிருஷ்ண மேனோன் வாதாட முன் வந்தார். ஆனால் வாதாட வேண்டாம் என்று வழக்குரைஞரிடம் ஆலி முஸ்லியார் சொன்னார். ஆலி முஸ்லியாரையும் 12 பேரையும் தூக்கிலிட்டு கொல்ல நீதிமன்றம் தீர்ப்பு வழங்கியது. இது வரையுள்ள ஆலிமுஸ்லியாருடைய சரித்திரத்தை எல்லோரும் ஏற்றுக் கொள்கிறார்கள். அவருடைய தூக்குக் கயிறைப் பற்றிய கதையில் தான் கருத்து வேறுபாடின் குரல் உயர்கின்றது.

சரித்திர ஆராய்ச்சியாளர்கள் இவ்வாறு சொல்கிறார்கள்

இராணுவ நீதி மன்றம் ஆலி முஸ்லியாரை நவம்பர் ஐந்தாம் நாள் தூக்கிலிட்டுக் கொல்ல செய்ய உத்தர விட்டது. 1922 பிப்ரவரி 17 - ஆம் நாள் கோவை சிறைச்சாலையில் வைத்து தூக்கில் போட்டுக் கொலை செய்யவும் மேட்டுப் பாளையம் சாலையின் நடுவில் அவரைப் புதைக்கவும் செய்தனர். அவர் தூக்கிலிடப்பட்டதுடன் கலவர நாடகத்தின் முதல் பாகம் முற்றுப் பெற்றது.

கே. மாதவன் நாயர்
(மலபார் கலாபம்)

பத்து நாட்கள் எதிர்ப்புக் காட்ட முயற்சிக்காத முஸ்லியார் கைது செய்யப்பட ஒத்துழைத்தார். 12 ஆதரவாளர்களுடன் அவர் கோயமுத்தூரில் வைத்து கொலை செய்யப்பட்டார்.

கே.என்.பணிக்கர்

(மலபார் கலாபம்) பிரபுக்களின் ஆட்சிக்கும் மன்னராட்சிக்கும் எதிரான கலவரம்)

அரசியல் சட்டத்தினுடைய இரைகள் 45

1922 பிப்ரவரி 17ஆம் நாள் தான் ஆலி முஸ்லியாரையும் 12 பேரையும் கோயமுத்தூர் மத்தியச் சிறையில் வைத்து தூக்கிலிட்டு கொலை செய்தார்கள். மலபார் புரட்சியின் நாயகனான ஆலி முஸ்லியாருடையவும் ஆதரவாளர்களினுடையவும் உடல்களை வாங்க யாரையும் அனுமதிக்கப் போவதில்லையென்று சிறை வளாகத்தில் பெருந்திரளாகக் கூடியிருந்த முஸ்லீம் சகோதரர்களிடம் கொஞ்சங் கூட இரக்கமில்லாமல் சிறை அதிகாரிகள் அறிவித்தனர். கோயமுத்தூரிலிருந்த மலையாளிகளின் முக்கிய மனிதரான பி.பி.பரீத் மலபார் முஸ்லீம் கழகம் என்னும் ஒரு அமைப்பை உருவாக்கவும் ஆலி முஸ்லியாருடையவும் ஆதரவாளர்களுடையவும் உடல்களை வாங்கி கோயமுத்தூர் சுக்கரார் பேட்டையிலுள்ள முஸ்லீம்களின் இடுகாட்டில் புதைத்தனர்.

தாத்தா தூக்கில் போட்டு கொலை செய்யப்படவில்லை

என் தாத்தாவின் மரணம் தூக்கில் போடப்பட்டு நிறைவேற்ற வில்லையென்று ஆலிமுஸ்லியாருடைய பேரனும் சரித்திர ஆராய்ச்சி யாளர்களுக்கு வழிகாட்டியுமான நெல்லிக்குத்து ஏ.பி முகம்மது அலி முஸ்லியார் உறுதியாகச் சொல்கிறார்.

1922 பிப்ரவரி 17ஆம் நாள் விடியற்காலை நேரம் சிறை அதிகாரிகளிடம் தொழுவதற்கு முன் உடல் உறுப்புகளைச் சுத்தம் செய்து கொள்வதற்காக தாத்தா தண்ணீர் கேட்டுள்ளார். சுத்தம் செய்து கொண்டார். விடியற்காலை தொழுகையை ஒரு முறை தொழுது முடித்தார். இரண்டாவதாக தொழுது கொண்டிருக்கும் பொழுது தாத்தா மரணமடைந்து விட்டார் - ஏ.பி. முகம்மது அலி முஸ்லியார் சொல்கிறார். அதற்கு பிறகு நடந்ததாகச் சொல்லப் படுவதெல்லாம் பிரிட்டிஷ்காரர்களின் கட்டுக்கதை. தாத்தாவின் மரணத்துடன் தொடர்புடைய மூன்று பேரை சந்தித்திருந்தேன். தாத்தாவின் உடலை அடக்கம் செய்தது கோயமுத்தூரைச் சேர்ந்த பாவா வைத்தியராவார். நான் கோயமுத்தூரில் தாத்தாவின் கல்லறையை பார்க்கப் போயிருந்த பொழுது பாவா வைத்தியரைப் பார்த்தேன். தாத்தாவின் மரணம் இயற்கையாக நடந்தது தான் என்று அவர் என்னிடம் சொன்னார். தாத்தாவின் தொழுகைக்கு தலைமை தாங்கிய அப்துரசாக் ஆலிம், மகன் அப்துல் காதர் மௌலவியிடம் தாத்தா தூக்கிலிடப்பட்டு கொலை செய்யப்படவில்லை என்று சொல்லியிருந்தார். நான் கோயமுத்தூர் சென்றிருந்த பொழுது அப்துல் காதர் மௌலவி என்னிடம் சொன்னார். கிலாபத் தொண்டரும் தாத்தாவின் சகோதரியினுடைய மகனுமான மதாரி முகம்மது

முஸ்லியாரும் இதைத் தான் என்னிடம் சொன்னார். அவையெல்லாம் தன்னுடைய வாதத்தை உறுதி செய்வதாக முகம்மதலி முஸ்லியார் சொல்கிறார்.

ஆலி முஸ்லியாரை வழக்கமாய் சிறைச்சாலையில் சந்தித்துக் கொண்டிருந்த கோயமுத்தூர் மாகாண கிலாபத் தலைவர் யாக்கூபு ஹஸன் சேட்டுவினுடைய அனுபவங்களும் அவர் எழுதிய கடிதமும் தன்னுடைய வாதத்திற்கு பலம் சேர்ப்பதாக முகம்மதலி முஸ்லியார் கூறுகிறார்.

சரித்திர ஆய்வாளர்கள் ஆலி முஸ்லியாரை பிரிட்டிஷ்காரர்கள் தூக்கிலிட்டு கொன்று விட்டதாகக் குறிப்பிட்டுள்ளதைப் பற்றி அவரிடம் கேட்ட பொழுது அவருடைய பதில்: “பிரிட்டிஷ்காரர்களின் குறிப்புகளை ஆதாரமாகக் கொண்டு தானே சரித்திரம் எழுதப்பட்டது? முதல் சுதந்திரப் போராட்டத்தை சிப்பாய் கலகமாக்கியவர்கள் தானே பிரிட்டிஷ்காரர்கள்? அவர்கள் சொல்வது தானே நமக்கு வேத வாக்கியம்.”

ஆலிமுஸ்லியாருடைய மகனும் பண்டிதனுமான கேபி. அப்துல்லா குட்டி முஸ்லியாருடைய மகன் தான் முகம்மது அலி முஸ்லியார். ஆலி முஸ்லியாரைப் பிடித்ததுடன் நெல்லிக்குத்திலுள்ள அவருடைய வீட்டை பிரிட்டிஷ்காரர்கள் தீ வைத்துக் கொளுத்திவிட்டனர். இதில் அபூர்வமான பல நூல்கள் அழிக்கபட்டுவிட்டன. தாத்தாவின் மீதமிருந்த புத்தகங்களைப் புதையல் போல இப்பொழுதும் அவர் பத்திரப்படுத்தி வைத்துள்ளார். இராணுவத்தினர் காலணியால் மிதித்த அடையாளங்கள் உள்ள பல நூல்களும் இதில் அடக்கம்.

மஞ்சேரி நெல்லிக்குத்து ஏ.பி.முகம்மது முஸ்லியாரினுடைய சிறு வீட்டை சரித்திர மாணவர்களும், ஆராய்ச்சியாளர்களும் பார்வையிட வருகிறார்கள். மலபார் புரட்சியினுடைய சரித்திரத்தை ஆதாரத்துடன் அவரால் விவரிக்க முடியும். இதில் நாளும், நேரமும் கூட தவறாது இருக்கும். சரித்திர ஆய்வாளர்கள் தாத்தாவிடம் அநீதி காட்டி விட்டதாக அவர் நம்புகிறார். ஆலி முஸ்லியாருக்கு முன்னால் வெள்ளைக்காரர்களின் தூக்குக் கயிறு தோற்று போய் விட்டதா? உயிரற்ற உடலை தூக்குக் கயிற்றில் தொங்க விட்டு பிரிட்டிஷ்காரர்கள் தங்கள் கோபத்தைத் தீர்த்துக் கொண்டார்களா? உண்மை எதுவாக இருந்தாலும் அந்த மாமனிதனை உணர்ச்சிப் பெருக்குடன் நினைத்து கொண்டுள்ள பலர் இன்னும் உள்ளனர்.

6. ஆப்கானிஸ்தான், மரணம் பதுங்கியிருக்கும் மண்

...தாக்குதல் எதிர்பாராதவிதமாயிருந்தது. நவீனரக துப்பாக்கிகளி லிருந்து குண்டுகள் சீறிப் பாய்ந்தன. அதற்குக் கீழே சுவாசிக்கக் கூட முடியாமல் நாங்கள் ஒன்பது பேர். எல்லாம் முடிந்து அமைதி நிலவிய பொழுது நாங்கள் உயிருடன் தான் இருக்கிறோம் என்பதை உணர்ந்து கொண்டோம்...

ராதா கிருஷ்ணனும், ரவீந்திரனும் கதை சொல்கிறார்கள், கற்பனை கதை அல்ல. மணல் உருகும் ஆப்கான் பூமியில் தாலிபான் போராளிகளிடமிருந்து மயிரிழையில் உயிர் தப்பியவர்களின் கதை.

அத்துடன், போக வேண்டிய இரண்டு உயிர்களை விலை பேசுவதற்கிடையில் தாலிபான் படையிலிருந்து நிறுவனம் காப்பாற்றிய சம்பவம்.

மலப்புரம் மாகாணத்திலுள்ள அரியல்லூரில் சந்தானத்து ராதா கிருஷ்ணனும் குழிப்பாட்டில் ரவீந்தரனும் கதை சொல்லும் பொழுது தாலிபான் சித்ரவதை செய்த மலையாளி ஆர்.மணியப்பனுடைய மரணம் உறுதி செய்யப்பட்டிருந்தது.

காந்தகாரில்

ராதா கிருஷ்ணனும் ரவீந்தரனும் 2004 ஜூலை மாதத்தில் காந்தகார் நகரத்தை அடைகிறார்கள். ஹைதராபாத்தில் செயல்பட்டு வரும் பி.எஸ்.சி.சி அண்ட்..சி. என்னும் நிர்மாண நிறுவனத்தினுடைய தொழிலாளர்கள் ஆனார்கள். ஆப்கானிஸ்தானில் சாலையும் பாலமும் நிறுவுவதற்கு ஏஷியன் டெவலப்மென்ட் வங்கிதான் இந்த நிறுவனத்திற்குப் பொறுப்பை வழங்கியிருந்தது.

ராதாகிருஷ்ணன் மற்றும் ரவீந்திரனுடன் முப்பது மலையாளிகள் காந்தகாருக்கு வர வேண்டும். பலர் பயந்து பின் வாங்கிய நிலையில் காந்தகாருக்கு பதினான்கு பேர் வந்து சேர்ந்தனர். ராதாகிருஷ்ணன் தான் மேற்பார்வையாளர். ரவீந்திரன் ஓட்டுனர். ஆப்கானியர்கள் உட்பட 400 தொழிலாளர்கள் வரை அங்கிருந்தனர். ஸ்பின் வார்ட் என்னும் பகுதியில் இரண்டு ஏக்கர் நிலப்பரப்பில் இவர்கள் முகாமிட்டிருந்தனர். அதைச் சுற்றிலும் ஆறுமீட்டர் நீளமும் ஆழமும் கொண்ட நீண்ட பள்ளம் தோண்டப்பட்டிருந்தது. யாராலும் அதைத் தாண்டிச் செல்ல முடியாது. வேலை முடிந்தால் அனைவரும்

முகாமிற்கு வந்து விடவேண்டும். யாரும் அந்த முகாமை விட்டு வெளியில் போகக் கூடாது. யாருக்காவது அவசியம் வெளியில் போக வேண்டியிருந்தால் மூன்று வாகனங்களில் பாதுகாவலர்கள் அவர்களுடன் செல்வார்கள் ஒவ்வொருவருக்கும் ஒவ்வொரு பாதுகாவலர் அவருடன் இருப்பார். அமெரிக்காவின் கட்டுப் பாட்டிலுள்ள ஆப்கான் பாதுகாவலர்க்கு தான் பாதுகாப்பு பொறுப்பு வழங்கப்பட்டிருந்தது. அமெரிக்கப் படை வலம் வருவதற்கிடையில் அந்த முகாமிற்கு வருவார்கள். சாலை அமைப்பதற்காக ஜே.சி.பியை பயன்படுத்தி மண்ணை வாருவதற்கிடையில் பல சமயங்களில் குண்டுகள் வெடிக்கும் பல ஜே.சி.பி க்கள் வெடித்துச் சிதறியுள்ளன. பல பேர் காயமடைந்துள்ளனர். பல இடங்களில் குண்டுகள் வெடிக்கும் சத்தத்தைக் கேட்க முடியும்.

சில நாட்கள் அமெரிக்கப் படையினர் பத்திரமாய் இருக்கும்படி எச்சரிக்கைச் செய்வார்கள். அன்று முகாமிலிருந்து யாரும் வேலைக்குச் செல்ல மாட்டார்கள்.

வேறு சில சமயங்களில் தாலிபான் படை வேலையை நிறுத்தி வைக்கும் படி சொல்லும். இதற்கும் அந்த நிறுவனம் கட்டுப்படும். வெள்ளிக் கிழமை மதியத்திற்குப் பிறகு வேலை செய்யக் கூடாதென்னும் தாலிபானினுடைய உத்தரவுக்கும் கட்டுப்படும். அமெரிக்க ஹெலிகாப்டர்கள் இரவும் பகலும் பறந்து சுற்றுப் புறத்தைப் பார்வையிடும். ஒவ்வொரு 20 கிலோ மீட்டர் தூரத்திலும் தணிக்கை சாவடி அமைக்கப்பட்டிருக்கும். வாகனங்களை முழுவதுமாய் பரிசோதனை செய்த பிறகே செல்ல அனுமதித்தனர், இருந்தாலும் தாலிபான் போராளிகளினுடைய நடமாட்டம் எல்லா இடங்களிலும் உண்டு. ஆப்கான் மக்களில் பெருமபாலானோருக்கும் தாலிபான் மீது அனுதாபம் உள்ளது. அமெரிக்கா மீது தீராத பகையும் கொண்டிருந்தார்கள். பாகிஸ்தான் மீது வெறுப்பும் கொண்டிருந் தார்கள். இந்தியர்களை அவர்களுக்கு மிகவும் பிடிக்கும். நம் நாட்டில் பீடியைப் போல அங்குள்ள கடைகளில் சரஸ் கிடைக்கும். சில வீடுகளின் முற்றத்தில் கஞ்சாச் செடிகள் விளைந்திருப்பதைக் காண முடியும். திருடுவது என்பது சாதாரணமான ஒன்று.

தாலிபான் தாக்குதல்

இந்த ஆண்டு பிப்ரவரி மாதம் நள்ளிரவில் எலும்பைத் துளைக்கும் குளிர். செங்கல்லால் கட்டப்பட்ட அந்தக் கட்டடத்திற்குள் இரண்டு ஆந்திரப் பிரதேசத்தைச் சேர்ந்தவர்களும் ரவீந்தரனும் உட்பட ஏழுமலையாளிகளும் இருந்தனர் அன்று ராதாகிருஷ்ணன்

அர்க்கிஸ்தானில் முதன்மை அலுவலகத்தில் இருந்தான். பனிரண்டு மணியைக் கடந்திருக்கும். ஒரு பயங்கர சத்தம். திடுக்கிட்டு எழுந்த பொழுது மின்சாரம் இல்லை. காதுகளைத் துளைக்கும் வெடிச்சத்தங்கள். துப்பாக்கிகளிலிருந்து மின்னல் போலப் பாயும் வெளிச்சத்தை மட்டுமே பார்க்க முடிந்தது. என்ன நடக்கிறது என்பதைப் புரிந்து கொள்வதற்கு முன்பே கட்டடத்திற்குள்ளும் குண்டுகள் பாய்ந்து வரத் தொடங்கின. தொழிலாளர்கள் கட்டடத்தின் ஒரு மூலைக்கு உருண்டு சென்றனர் எந்த நிமிடத்திலும் உயிரைப் பறிக்கக் கூடிய ஒரு குண்டு பாய்ந்து வரக் கூடும். உயிரைக் கையில் பிடித்துக் கொண்டிருந்தார்கள். குண்டுகள் மிக அருகில் வெடித்துச் சிதறின. குண்டுகளின் திசை கொஞ்சம் மாறினாலும் உடலைத் துளைத்துச் செல்லும். வெளியில் ஆக்கிரமிப்பாளர்களுக்கும் ஆப்கான் படைக்கும் இடையில் போராட்டம் நடந்து கொண்டிருந்தது. ஐந்து மணி நேர போராட்டத் திற்குப் பிறகு ஆக்ரமிப்பாளர்கள் பின் வாங்கினார்கள். ஒரு மலைச் சரிவிலிருந்து வந்த தாலிபான் போராளிகள் தான் முகாமைத் தாக்கியது. அந்த நீண்ட பள்ளத்தைக் கடக்க ஆக்கிரமிப்பாளர்களால் முடியவில்லை. அதனால் முகாமிற்கு வெளியிலிருந்து குண்டுகளையும் தோளில் வைத்து பாயச்செய்கின்ற ராக்கெட் லாஞ்சர்களையும் ஏவினர். வயர்லெஸ்ஸில் விவரத்தைத் தெரியப்படுத்தியதைத் தொடர்ந்து முதன்மை அலுவலகத்திலிருந்து அமெரிக்கப் படை வந்து தான் தாலிபான் போராளிகளைத் துரத்தியது. தாலிபான் தாக்குதலில் முகாமின் அருகிலிருந்த பாதுகாவலர்கள் தங்கியிருந்த கட்டடம் முற்றிலும் தகர்க்கப் பட்டிருந்தது.

கொலை மிரட்டல் விடுத்து பணம் பறித்த தாலிபான்

ராதாகிருஷ்ணனும் ரவீந்திரனும் வேலை செய்கின்ற நிறுவனத்தி லுள்ள ஆந்திரப் பிரதேசத்தைப் சேர்ந்த இரண்டு பொறியாளர்களை தாலிபான் கடத்தி வைத்துக் கொண்டார்கள். கோழி வாங்குவதற்காக மோட்டார் பைக்கில் முகாமிலிருந்து பொறியாளர்கள் வெளியே போனார்கள். அவர்களை தாலிபான் படையினர் பிடித்து வைத்துக் கொண்டனர். பிடித்து வைத்துள்ள பொறியாளர்களை திரும்ப அனுப்ப வேண்டுமென்றால் இரண்டு கோடி ரூபாய் தர வேண்டும் என்று நிறுவனத்திடம் தாலிபான்கள் கேட்டனர். இறுதியில் அவர்கள் கேட்ட பணத்தைக் கொடுத்துத் தான் அந்த பொறியாளர்களை மீட்டுக் கொண்டு வர வேண்டியிருந்தது.

ராதாகிருஷ்ணனும் ரவீந்திரனும் மூன்று மாதங்களுக்கு முன்பு தான் ஊருக்குத் திரும்பி வந்தனர். ஊருக்குத் திரும்பி வருவதற்கு முன் முகாமிலிருந்த தாலிபானுடன் நெருங்கிய பழக்கமுள்ள முகம்மது அஸ்லம் அவருடைய கைபேசி எண்ணைக் கொடுத்து தாலிபான் போராளிகள் குறுக்கிட்டால் தன்னை அழைக்கும்படி கூறியுள்ளார். (முகாமில் பல தாலிபான் ஆதரவாளர்கள் இருந்தார்கள் என்றாலும், அவர்களுடன் பணி புரியும் தொழிலாளர்கள் காட்டிக் கொடுக்க மாட்டார்கள்) ராதாகிருஷ்ணனும் ரவீந்திரனும் முகம்மது அஸ்லமை அழைக்க வேண்டி வந்திருக்கவில்லை. பயணத்தில் எந்தத் தடையும் ஏற்பட்டிருக்கவில்லை.

மூன்றாம் பாகம்
இப்படியும் ஒருவர், ஒரு நிகழ்வு
1. அடிமையினுடைய கனவு

ஒவ்வொரு பெருநாள் வரும்பொழுதும் தேக்கில் காஸ்மியினுடைய நினைவுகளில் கால் சலங்கைகள் குலுங்கும். வெறுமையான அந்த விழிகளில் கருப்பு இரும்பு கம்பிகள் தோன்றும். அந்த நினைவு களினுடைய கம்பிகளைத் தாண்டி காஸ்மி தேடுவது தன் சகோதரனைத் தான். கடந்த காலத்தின் ஏதோ ஒரு நாளில் காணாமல் போன தேக்கில் மொய்தீனை...

காஸ்மி அடிமையாயிருந்தார். ஒரு பழைய அடிமை. பதினெட்டு வயது வரை சுதந்திரமாய் வாழ்ந்தார். பிறகு ஒரு நாள் விதியினுடைய சங்கிலி ஊக்கில் சிக்கிக் கொண்டார். அரேபியன் கதையில் வரும் அடிமையைப் போல காஸ்மியும் மூத்த சகோதரன் மொய்தீனும் மாறினார்கள். ஒரு நாள் அடிமைத் தன்மையினுடைய கம்பளியை நீக்கி விட்டு காஸ்மி வெளியில் வந்தார். ஆனால் மொய்தீன்?

மங்களூர் பயணம்

1950 நாட்டில் தரித்திரம் உச்சத்தில் இருந்த காலம். இதன் கொடுமையை திரூர் - வள்ளிக்காஞ்ஞிரத்திலிருந்த இரண்டு இளைஞர்களும் அனுபவிக்கிறார்கள். காஸ்மியும், மொய்தீனும். காஸ்மிக்கு வயது 18. மொய்தீன் காஸ்மியை விட ஒரு வயது மூத்தவன். காஸ்மியும் பெரியப்பா மகனுமாகிய மொய்தீனும் விளையாட்டுத் தோழர்கள்.

மங்களூரில் வேலையிலுள்ள எளச்சம் பாட்டில் மொய்தீன் குட்டி, ஊருக்கு வந்து வீண் பெருமை பேசிக் கொண்டிருப்பதை அவர்கள் பார்த்துக் கொண்டிருந்தார்கள். இவர்களுக்கும் மொய்தீன் குட்டியை போல ஆக வேண்டும் என்று ஆசை. வேலை தேடி இருவரும் போனார்கள். எளச்சம் பாட்டில் மொய்தீன் குட்டியை தேடி அவர் தங்கியிருந்த இடத்திற்குச் சென்றார்கள். அவரைப் போய் பார்த்தால் வேலை வாங்கித் தருவார் என்று கேள்விப்பட்டிருந்தார்கள் மொய்தீன் குட்டி வீட்டில் இல்லை. வேலைக்குப் போய் விட்டிருந்தார். மாலையில் தான் திரும்பி வருவார். அதுவரை நேரத்தைக் கழிப்பதற்காக அவர்கள் இருவரும் ஊரைச் சுற்றிப் பார்க்க கிளம்பினார்கள். ஊரைச் சுற்றி பார்ப்பதற்கிடையில் தான் நாற்பது வயதுள்ள ஒரு மலையாளி

இவர்கள் முன்னால் தோன்றியது. அவர் இருவருக்கும் வேலை வாங்கித் தருவதாக உறுதி அளித்தார். தோட்ட வேலை. நல்ல கூலி கிடைக்கும் அதைக் கேட்ட இருவரும் மகிழ்ச்சியடைந்தனர். அவர்கள் இருவரும் அந்த மலையாளியுடன் சென்றனர். அவன் நகரத்தில் ஒரு விடுதியில் அறையெடுத்தான். இருவருக்கும் பிரியாணி வாங்கிக் கொடுத்தான். எவ்வளவு நல்ல மனிதன்!

அடுத்த நாள் அந்த மலையாளியுடன் சிக்மங்களூருக்கு போகும் பேருந்தில் ஏறினார்கள். அங்கிருந்து ஆலத்தூருக்குப் போனார்கள். அங்கிருந்து ஒரு தோட்டத்தின் வழியாக நீண்ட பயணம் செய்தார்கள். குன்றுகளில் ஏறி இறங்கினார்கள். காலில் முட்கள் குத்தின. சிரமமான நடைபயணம் நேரம் இருட்டிய பிறகு தான் அவர்கள் பயணம் ஓய்ந்தது. அங்கிருந்த கட்டடத்திற்குள் சென்றார்கள்.

அடிமைகள்

அவர்களுடன் சென்ற மலையாளி அந்த கட்டடத்தில் இருந்த சிலருடன் குசுகுசுத்தார். ஐந்து தடியன்கள் காஸ்மியையும் மொய்தீனையும் சுற்றி வளைத்தனர். அவர்களுடைய கைகளில் உருட்டுக் கட்டைகள் இருந்தன. இருவரையும் ஓர் அறையில் அடைத்து வைத்தனர். மலையாளி அவர்கள் இருவரையும் தோட்ட உரிமையாளருக்கு விற்று விட்டு பணம் வாங்கிக் கொண்டார். (இதெல்லாம் இருவருக்கும் பிறகு தான் தெரிய வந்தது) அந்த அறையில் பல மொழி பேசுபவர்களும் பலதரப்பட்டவர்களும் இருந்தனர்.

ஏற்கனவே அங்கிருந்த, பாதிக்கப்பட்டவர்கள் புதிய இரைகளை பரிதாபமாகப் பார்த்தார்கள். அப்பொழுதும் கூட தாங்கள் பொறியில் சிக்கிக் கொண்டிருக்கிறோம் என்பதை அறிந்திருக்கவில்லை. சிறிது சந்தேக நிழல் மட்டுமே அவர்களுக்குள் தோன்றியது.

அடுத்த நாள் காலை உணவு என்னும் பெயரில் எதையோ கொடுத்தார்கள். அணிந்திருந்த உடைகளை களைந்து விட்டு காக்கி கால்சராயும் பனியனும் அணிவித்தார்கள். தடியன்களின் பாதுகாப்புடன் அந்த அறையிலிருந்த இருபது பேரையும் காஸ்மியையும் மொய்தீனையும் தோட்டத்தின் ஒரு பகுதிக்கு கூட்டிக் கொண்டு போனார்கள். அது ஒரு காப்பி தோட்டம். யாரும் ஒருவருக்கொருவர் பேசிக் கொள்ள வில்லை. உதட்டில் புன்சிரிப்பு கூட மலரவில்லை. பொம்மைகளைப் போலக் காணப்பட்டார்கள். வேலைக்காரர்களைச் சுற்றிலும் தடியுடன் குண்டர்கள். ஓய்வில்லாமல் வேலை செய்தார்கள். தளர்ந்து நிமிர்ந்து நின்றால் உருட்டுக் கட்டைகள் முதுகில் விழுகும். அவர்கள் இருவருக்கும் புதிய உலகம் புரியத் தொடங்கியிருந்தது.

இருட்டும் வரை ஓய்வில்லாத வேலை. தொடர்ந்து குண்டர்களின் பாதுகாப்புடன் அறைக்குத் திரும்பினார்கள். உணவு கொடுத்த பிறகு அறையில் அடைப்பார்கள். அறைக்குள் மெழுகுவர்த்தியின் வெளிச்சம் மட்டும் தான் இருந்தது. ஒருவருக்கொருவர் பேசிக் கொள்ளக் கூடாது. பேசினால் அடி கிடைக்கும். வாயில்களைப் பூட்டி விட்டு வாயில்களின் அருகிலேயே கட்டில் போட்டு காவல் காரர்கள் படுத்திருப்பார்கள். எந்த விதத்திலும் தப்பிச் செல்ல முடியாது என்பதை, காவல் காரர்களான தடியன்கள் சொல்லாமல் புரிய வைத்தார்கள்.

நாளும் கிழமையும் அவர்களுக்குத் தெரியவில்லை. நாட்கள் நகர்வதைக் கூட அவர்கள் அறிந்திருக்கவில்லை. இருவரும் களைத்துப் போனார்கள். கண்களில் பஞ்சடைந்தது. தப்பிச் செல்வதற்கான வழியைப் பற்றி யோசிக்கத் தொடங்கினார்கள். பரந்து கிடக்கும் தோட்டத்திலிருந்து எப்படி தப்பித்து செல்வது? காவல் காரர்களின் கண்களிலிருந்து தப்பிப்பது என்பது இயலாதவொன்று. இதற்கிடையில் தான் ஒரு கன்னடக்காரன் தப்பிக்க முயற்சி செய்தது. அவனை தடியன்கள் பிடித்து விட்டார்கள். அந்தக் கன்னடக்காரனின் கை கால்களைக் கட்டி அறைக்கு முன்னால் கொண்டுப் போய் போட்டார்கள். எல்லாரும் பார்க்கும் படியாக அவனை அடித்து உதைத்தார்கள். அத்துடன் இருவரும் தப்பிச் செல்ல வேண்டும் என்னும் எண்ணத்தைக் கை விட்டு விட்டார்கள்.

ஒரு பெருநாள் தினம்

அன்று பெருநாள் (மலையாளியான ஒரு தடியனின் மூலம் தெரிந்து கொண்டார்கள்) ஊரில் பெருநாள் கொண்டாட்டத்தைக் குறித்து நினைத்துப் பார்த்த பொழுது அவர்கள் இருவருக்கும் சுதந்திர ஆசை மீண்டும் துளிர்த்தது. அந்தத் தோட்டத்திற்குள் வந்து ஆறுமாதங்கள் ஆகியிருக்கும். தப்பித்துச் செல்வதை குறித்து அவர்கள் யோசனை செய்தார்கள். இது ஒரு தடியனின் காதுக்குச் சென்று விட்டது. உடனே மொய்தீனை வளைத்துப் பிடித்துக் கொண்டு போனார்கள். அந்த பெருநாளுக்குப் பிறகு காஸ்மி வாழ்க்கையில் எப்பொழுதும் மொய்தீனை பார்த்ததேயில்லை.

மொய்தீன் காணாமல் போனதற்குப் பிறகு காஸ்மி மேலும் மனத் தளர்ச்சியடைந்து விட்டான். வாழ்க்கையில் முதன் முதலாய் பயம் அவனை ஆட்கொண்டது. அவன் நோயாளியானான். காலில் முள் குத்தி நீர் கோர்த்துக் கொண்டது. எழுந்து நிற்கக் கூடிய முடியாத நிலை. இருந்தாலும் அவனை, சும்மாயிருக்க விட வில்லை. தோட்டத்திற்குக் கூட்டிக் கொண்டு போய் வேலை செய்ய வைப்பார்கள். காஸ்மியின் உடல் நிலை மிகவும் மோசமாகிக் கொண்டிருந்தது.

தப்பிச் சென்ற காஸ்மி

காஸ்மி நோயாளி என்று தெரிந்திருந்தும் தோட்டத்தில் வேலை செய்வதற்கு அவனை இழுத்துக் கொண்டு போவார்கள். ஒரு நாள் காலை நேரம் அடியாட்களின் காவலில் தோட்டத்தின் ஒரு பகுதிக்கு மற்றவர்களுடன் சேர்ந்து அவனும் போய்க் கொண்டிருந்தான். வேலை நடக்கும் இடத்திற்கு செல்ல ஒரு கிலோ மீட்டர் தூரம் நடந்து செல்ல வேண்டும். அவன் மிகவும் களைத்து போயிருந்ததால் கடைசியாக போய்க் கொண்டிருந்தான். மற்றவர்கள் அவனை விட மிகவும் முன்னால் சென்று கொண்டிருந்தார்கள். அவனுக்கும் அடியாட்களுக்கும் இடையில் தூரம் அதிகரித்துக் கொண்டிருந்தது. அவன் நோயாளி என்பதால் அடியாட்கள் அதைப் பெரிதாக எடுத்துக் கொள்ளவில்லை.

ஒரு குன்றில் ஏறியிறங்கியதுடன் காஸ்மியும் மற்றவர்களும் பார்த்துக் கொள்ள முடியாத நிலை ஏற்பட்டது. தப்பிச் செல்வதற்கான வாய்ப்பாக இதைப் பார்த்தான். அவன் உயிரைக் கையில் பிடித்துக் கொண்டு ஓடினான். உடல்நிலைப் பற்றி கவலை படவில்லை. ஒரு பகல் முழுவதும் ஓடியதால், கால் வலித்ததுடன் நடந்தும், ஆலத்தூரை அடைந்தான். அங்கிருந்து சிக்மங்களூருக்குச் சென்றான். சிக்மங்களூரில் ஒரு பயணியின் பெட்டியை சுமந்து சென்று பேருந்தில் ஏற்றிவிட்டதற்கு கூலியாக அவனுக்கு ஒரு ரூபாய் கிடைத்தது. அந்த பணத்தை எடுத்துக் கொண்டு ஒரு ஓட்டலுக்கு சென்றான். உணவு வருவதற்காக காத்து இருக்கும் போது ஓட்டலின் உரிமையாளர் காஸ்மியை உற்றுப் பார்த்தார். அவனுக்கு பயம் தோன்றியது. ஓட்டல் உரிமையாளர் அவனிடம் விசாரித்தார். அவன் நடந்தவற்றையெல்லாம் அவரிடம் விளக்கிக் கூறினான். இங்கே இருக்க வேண்டாமென்றும் தோட்டத்து உரிமையாளரின் ஆட்கள் பார்த்தால் திரும்பவும் பிடித்துக் கொண்டு போய் விடுவார்கள் என்றும் அவர் அவனிடம் கூறினார். அவனிடம் கொஞ்சம் பணத்தைக் கொடுத்த அவர் உடனடியாக மங்களூருக்கு போகும் படிச் சொன்னார். மங்களூரை அடைந்த காஸ்மி வீட்டிற்குக் கடிதம் எழுதினான். ஊரிலிருந்து அண்ணன் வந்து வீட்டிற்குக் கூட்டி சென்றான். அது அவனுக்கு சிறைச் சாலையிலிருந்து தப்பித்து சென்ற அனுபவம் போல இருந்தது. இன்றைக்காக இருந்தால் மொய்தீனை தேடிக் கண்டு பிடித்திருப்பேன் என்று காஸ்மி சொன்னான். அன்றைக்கு அதற்கான தைரியம் இருந்திருக்கவில்லை. மொய்தீனுக்கு என்ன நடந்தது? தெரியவில்லை. அந்த சிறைச்சாலையிலேயே அவன் உயிர் போய் விட்டதா? அல்லது தன்னைப் போல அவனும் தப்பித்து எங்காவது போய் வாழ்ந்து கொண்டிருக்கிறானா? யாருக்குத் தெரியும்.

2. கருணை வழங்கிய அரிசி

மலப்புரம் மாகாணத்தில் மூன்னாக்கலில் வாழும் மக்கள் அரிசி வாங்குவதற்காக குடும்ப அட்டையை எடுத்துக் கொண்டு உணவுப் பொருள் பங்கிட்டு வழங்கும் கடைக்கு போவது மிகவும் குறைவு. கடைகளில் அரிசிவிற்கும் விலையைப் பற்றியும் அவர்களுக்கு கவலை இல்லை. அதற்கு காரணம் வேறொன்றுமில்லை. மாதத்தில் இரண்டு முறையாவது பத்து கிலோ வீதம் நல்ல அரிசி அந்த கிராமத்திலிருந்த 841 வீடுகளுக்கும் வழங்கப்பட்டு விடும். அதுவும் விலையில்லாமல்.

இந்தச் சலுகை காலம் காலமாக காட்டப்பட்டுக் கொண்டுள்ளது. இதற்கு வித்திட்டது, மூன்னாக்கல் மசூதி நிர்வாகக் குழுதான். இந்தக் கிராமத்தில் மட்டும் இந்த விலையில்லா அரிசி விநியோகம் நின்று விடவில்லை. அருகிலுள்ள கிராமங்களில் வசிக்கும் மூவாயிரத்து ஐநூறு குடும்பங்களுக்கும் ஐந்து கிலோகிராம் அரிசி வீதம் வழங்கப் பட்டுக் கொண்டுள்ளது.

அந்தக் குழு இவர்களுக்கெல்லாம் சிறப்பு அட்டை வழங்கி யுள்ளது. இந்த அட்டையை இவர்கள் குடும்ப அட்டையை விட மதிப்புள்ளதாக கருதுகிறார்கள். மத நல்லிணக்கம் விளையும் பூமி இது. அரிசி விநியோகத்தில் மதத்தினுடையவும் சாதியினுடையவும் மதில் சுவர் எழுப்பப் பட்டிருக்கவில்லை.

பக்தர்கள் வழிபாடாய் மசூதிக்குக் கொடுக்கும் அரிசியைத்தான் இலவசமாக பகிர்ந்து கொடுக்கிறார்கள். இங்கு வாரத்திற்கு ஒரு முறை முன்னூறு மூட்டை அரிசி வரை வழிபாடாய் வழங்கப்படுகிறது. இது ரமலான் மாதத்தில் நான்கு மடங்கு ஐந்து மடங்காக அதிகரிக்கும் அப்பொழுது விநியோகிக்கப்படும் அரிசியின் அளவும் அதிகரிக்கும்.

ஞாயிற்றுக் கிழமைகளில் மதிய வேளைக்குப் பிறகு மூன்னாக்கல் மசூதிக்கு அரிசி வாங்க வரும் மக்கள் கூட்டம் நிறைந்திருக்கும். மசூதியின் இரண்டு பக்கங்களிலும் பாதையோரத்தில் நீண்ட வரிசை காணப்படும். இந்த நாட்களில் மட்டும் தேநீர் கடையும் பெட்டிக் கடையும் அங்கு காணப்படும். பதினெட்டு உறுப்பினர்கள் கொண்ட குழுவினர்க்கு அரிசி வழங்கும் பொறுப்பு வழங்கப்பட்டிருந்தது. அவர்கள் இதை ஓர் ஒழுங்குடன் நடைமுறைப்படுத்தி கொண்டிருந் தார்கள்.

மூன்னாக்கல் மசூதிக்கு எப்பொழுதும். சுற்றுப் புறத்திலுள்ள பல பாகங்களிலிருந்தும் பக்தர்கள் பலர் வருவார்கள். மூன்னாக்கல் மண்ணிற்கடியில் பல மகான்கள் ஓய்வெடுத்துக் கொண்டிருக்கிறார்கள். வேண்டுதலுக்கு அற்புதமான பலன்கள் கிடைப்பதாக பக்தர்கள் நம்புகிறார்கள்.

விளக்குமாறிலிருந்து தங்கம் வரை வழிபாடாய் வழங்கப் படுகிறது. முக்கியமான வழிபாடு அரிசி தான். மற்றொரு வழிபாடு தண்ணீர் இறைத்தல், மசூதியின் கீழுள்ள கிணற்றிலிருந்து தண்ணீரை குடத்தில் இறைத்து குன்றின் மீதேறி மேலேயுள்ள மசூதியில் தொழுவதற்கு முன் உடல் அங்கங்களை சுத்தம் செய்யும் இடத்தில் நிறைப்பது தான் இந்த வழிபாடு. அதனால் அதற்காக எந்த இயந்திரமும் பொருத்தப் பட்டிருக்கவில்லை. குழாயுமில்லை. வழிபாடு செய்பவரே தண்ணீரை எடுத்துச் சென்று நிறைப்பார்கள். அது நிறைந்து விட்டால் தங்கள் வழிபாட்டை நிறைவேற்ற முடியாமல் திரும்பிப் போவதும் வழக்கமாய் நடை பெறுவது உண்டு.

கேரளாவில் மிகப் பழமையான மசூதிகளில் ஒன்று இது. நிலப்பொதியியல் துறையினர் நடத்திய மண் பரிசோதனையில் 800 ஆண்டுகள் பழமையானது. என்று உறுதி செய்யப்பட்டுள்ளது. முன்பு இது 70 சதுர கிலோ மீட்டர் பரப்பளவு கொண்டதாயிருந்தது. இன்றைய ஒற்றப்பாலம், பெருந்தல்மன்னா, திரூர் தாலுக்காவிற்குட்பட்ட பல பகுதிகளும் இதற்குட்பட்டிருந்தன. பிறகு பல சமயங்களில் பல பகுதிகளும் இந்த மசூதிப் பரப்பில் இருந்து பிரிந்து போயின.

மசூதி கட்டப்பட்டதன் பின்னணியிலும் மத நல்லிணக்கம் கதை இருக்கிறது மூன்னாக்கலில் ஒரு சித்தனுடைய கிரிச்சையால் மகளுடைய நோய் குணமானதற்கு ஒரு நம்பூதிரி அன்பளிப்பாய் கொடுத்த இடத்தில் தான் மசூதி நின்று கொண்டுள்ளது. நூற்றாண்டுகளுக்குப் பிறகும் இங்கே தொடங்கப்பட்ட சேவையிலும் இந்த மத நல்லிணக்கம் காப்பாற்றப்படுகிறது.

★★★